# రావణ వాహనం

## కథలు

కేంద్ర సాహిత్య అకాడమీ 'యువ పురస్కార' గ్రహీత

## డా॥ వేంపల్లి గంగాధర్

నవచేతన పబ్లిషింగ్ హౌస్

# RAAVANA VAAHANAM *(KATHALU)*

- *Dr. Vempalli Gangadhar*


ప్రచురణ నెం. : 354/08 R2

ప్రతులు : 1000

రెండవ ముద్రణ : జనవరి, 2019


© రచయిత

**వెల: ₹ 100/-**


ప్రతులకు:

**నవచేతన పబ్లిషింగ్ హౌస్**

గిరిప్రసాద్ భవన్, బండ్లగూడ(నాగోల్) జి.ఎస్.ఐ. పోస్ట్
హైదరాబాద్-500068. తెలంగాణ.
ఫోన్స్-అకౌంట్స్: 040-29884453.
ఫోన్స్-గోడౌన్: 040-29884454.
***E-mail:*** navachethanaph@gmail.com

**నవచేతన బుక్ హౌస్**

బ్యాంక్ స్ట్రీట్ (అబిడ్స్), కూకట్‌పల్లి,
కొండాపూర్, బండ్లగూడ(నాగోల్)-హైదరాబాద్.
హన్మకొండ, ఖమ్మం.

ముద్రణ : **నవచేతన ప్రింటింగ్ ప్రెస్**, హైదరాబాద్.

రాయలసీమ చరిత్ర
రాస్తే మరో రామాయణం
చెబితే మరో మహాభారతం

రాయలసీమ ఇతిహాసం శీర్షికతో 20 మే 2008 నుంచి
26 జనవరి 2010 వరకు డాక్టర్ వేంపల్లి గంగాధర్
'కాలమ్ కథలు'గా వార్త దినపత్రికలో ప్రతి మంగళవారం
అందించిన జీవన జీవిత కథలు.  మీ కోసం...

**డా॥ వేంపల్లి గంగాధర్ :** కడప జిల్లా వేంపల్లి వీరి స్వగ్రామం. 'రాష్ట్రపతి భవన్'లో విశిష్ట ఆతిథ్యం అందుకున్న తొలి భారతీయ సాహితీవేత్తగా వీరు గుర్తింపు పొందారు. 2014, సెప్టెంబర్ 8వ తేదీ నుంచి 26 వరకు వీరు రాష్ట్రపతి భవన్‌లో విడిది చేశారు. రాయలసీమ ప్రాంతానికి సంబంధించిన పలు అంశాలపై పది పుస్తకాలు రాశారు. వీరి కథా సంకలనం 'మొలకల పున్నమి'కి కేంద్ర సాహిత్య అకాడమి మొదటి యువపురస్కారం - 2011 లభించింది. ప్రసిద్ధ సాహితీవేత్త సునీల్ గంగోపాధ్యాయ చేతుల మీదుగా తామ్రపత్రం అందుకున్నారు. శ్రీ వేంకటేశ్వర విశ్వవిద్యాలయం నుంచి 'రాయలసీమ కథా సాహిత్యం' పై పిహెచ్‌డి, 'రాయలసీమ ఫ్యాక్షనిజం' పై ఎంఫిల్ పూర్తి చేశారు. కేంద్ర ప్రభుత్వం వారి 'రైటర్స్ ట్రావెల్ గ్రాంట్' ద్వారా 'శాంతినికేతన్'లో పర్యటించారు. దేవరశిల, గ్రీష్మభూమి, తొలితెలుగు శాసనం, పూణే ప్రయాణం, కథనం, హిరణ్యరాజ్యం, నేలదిగినవాన, మొలకల పున్నమి, నేను చూసిన శాంతినికేతన్, పాపాఘ్ని కథలు పుస్తకాలు రాశారు. సీమ గిరిజన తండాల నుంచి పడుపు వృత్తిలోకి తరలిపోతున్న మహిళల జీవన ఆక్రందనను 'పూణే ప్రయాణం' రచనలో చిత్రణ చేశారు. ఇదే ఇతివృత్తంతో రాసిన 'మైనం బొమ్మలు' కథకు అమెరికన్ తెలుగు అసోసియేషన్ (ఆటా) పురస్కారం దక్కింది. న్యూఢిల్లీ కథా ఫౌండేషన్‌వారి నుంచి 'శిలబండి' కథకు జాతీయ కథాపురస్కారం, 'నేలదిగిన వాన' నవలకు అంపశయ్య నవీన్ సాహితీ పురస్కారం, 'దేవరశిల'కు రావూరి భరద్వాజ స్మారక సాహితీ పురస్కారం అందుకున్నారు. వీరి కథలు పలు భారతీయ భాషలలోకి అనువాదమయ్యాయి. వీరి గురించిన మరిన్ని వివరాలు 'www.vempalligangadhar.com' నందు చూడవచ్చు.

# అసమానత్వంలోంచి సమానత్వంలోకి, అమానుషత్వంలోంచి మానవత్వంలోకి...

రచన ఎందుకు? అంటే రచయిత తన పంచేంద్రియాల ద్వారా సంపాదించిన జ్ఞానాన్ని ఇతరులకు పంచడానికి అన్నారు కొడవటిగంటి కుటుంబరావు. తాను నివసిస్తున్న ప్రపంచాన్ని ఇంకొంచెం అందంగా మలచడమే తన సాహిత్య లక్ష్యం అన్నారు కన్నడ రచయిత కె. శివరామ కారంత్. జానపద సాహిత్యం నుంచి ప్రపంచీకరణ సాహిత్యం దాకా తమ తమ నమూనాలలో, తమ తమ పరిమితులలో ఈ కర్తవ్యాన్ని నిర్వహిస్తూ వస్తున్నది. ప్రజాదృక్పథం గల రచయిత లెవరైనా కొకు, కారంత్‌ల లాగే మాట్లాడతారు. వర్తమాన సమాజాన్ని ఉన్నచోటు నుండి ఇంకొంచెం ముందుకు నడిపించడం ప్రజా సాహిత్యం చేసే పని.

తెలుగు కథానిక 1898 ప్రాంతాల నుండి మన సమాజాన్ని ప్రజా స్వామికం చేయడానికి కృషి చేస్తున్నది. అన్ని రకాలగానూ గిడసబారిపోయిన మానవ జీవితాన్ని కరిగించి అజ్ఞానం నుంచి జ్ఞానంలోకి, చీకటి లోంచి వెలుగులోకి, అసమానత్వంలోంచి సమానత్వంలోకి, అమానుషత్వంలోంచి మానవత్వంలోకి నడిపించడానికి నూటపదేళ్ళుగా తెలుగు కథానిక కృషి చేస్తున్నది. ఇసుకమీట వంటి మన సమాజాన్ని పంటచేనుగా మార్చడానికి శ్రమిస్తున్నది. దీని కోసం అనేక భావజాలాలను, అనేక ఉద్యమాలను ఆసరాగా చేసుకుంటున్నది. గత నూటపదేళ్ళలో కొన్ని వేలమంది కథకులు కొన్ని లక్షల కథలద్వారా తమ తమ నేపథ్యాలతో, తమ తమ చైతన్యాలతో, పరిమితులతో మన సమాజాన్ని నవీనమూ, మానవీయమూ చేస్తున్నారు. ఈతానులో పోగు డా. వేంపల్లి గంగాధర్.

1898లో మొదలైన తెలుగు కథను రాయలసీమ 1918 నాటికి అందిపుచ్చుకోగలిగింది. ఈ తొమ్మిదిన్నర దశాబ్దాలలో కనీసం రెండు వందల మంది రాయలసీమ కథకులు కనీసం అయిదువేలు దాకా కథానికలు రాశారు. పనగొట్టి, కసువుతొక్కించి, తూర్పారబడితే, జల్లుగింజలు పోగా, కనీసం ఒక వెయ్యి గట్టి గింజలు మిగులుతాయి. ఈ వెయ్యి గట్టిగింజలు పండించడంలో గంగాధర్ కూడా తనవంతు సేద్యం చేశాడు.

ఇతర ప్రాంతాల కథల లాగే రాయలసీమ కథకూడా మొదట్లో గ్రాంథిక భాషతోనే మొదలయ్యింది. సంప్రదాయ సంస్కరణ భావాల సంగమంగా కొంతకాలం నడిచింది. మరి కొంత కాలానికి అచ్చమైన ఆధునిక భావాలబాట పట్టింది. ఒకవైపు రాయలసీమ ప్రాదేశిక జీవితాన్ని ప్రతిబింబిస్తూనే, మరో వైపు విశాలమైన ప్రపంచ జీవితాన్ని ఆవిష్కరిస్తూ వస్తున్నది. రాయలసీమ కథానిక మొదట్లో విశ్రాంతి, వ్యాపార, మధ్యతరగతి వర్గాల వారి సంస్కరణ భావాలతో పుట్టి క్రమంగా వ్యవసాయరంగ, మధ్యతరగతి రచయితల్ని సమీపించింది. ఆ తర్వాత దళిత బహుజన శ్రామికవర్గ రచయితలకు కథానిక వాహికగా మారింది. ఇదొక క్రమం. అనివార్యమైన క్రమం. ఈ చరిత్ర నిర్మాణంలో గంగాధర్ తనదైన పాత్ర నిర్వహిస్తున్నాడు.

వేంపల్లి గంగాధర్ కథకుడు, నవలా రచయిత, విమర్శకుడు, సామాజిక చరిత్రకారుడు, అధ్యాపకుడు, కేంద్ర సాహిత్య అకాడమీ స్థాపించిన యువపురస్కారాన్ని తెలుగులో మొదట అందుకున్న యువరచయిత. తాను రాసిన మొదటి నవలకు అంపశయ్య నవీన్ పురస్కారం లభించడం మరీ ఆనందం. ఇప్పటికే మొలకల పున్నమి, దేవరశిల, గ్రీష్మభూమి, పాపాఘ్ని కథలు అనే నాలుగు కథాసంపుటాలను ప్రచురించాడు. ఇప్పుడు ఈ సంపుటాన్ని పాఠకుల కందుబాటలోకి తెస్తున్నాడు. చిన్న వయసులోనే విస్తృత రచనలు చేసిన గంగాధర్‌కు అభినందనలు.

ఈ కథలలోని వస్తువులు వర్తమాన సామాజిక వాస్తవికతను రాయలసీమ నేపథ్యం నుండి విమర్శనాత్మకంగా, కళాత్మకంగా ప్రతిబింబిస్తున్నాయి. ఉదాహరణకు గంగాధర్ ఇదివరకు రాసిన కొన్ని కథల్ని విశ్లేషిస్తాను.

'ఒక జింకల కొండ, ఒక దేవళం చెరువు' కరువు నేపథ్యంలోనూ, 'తూర్పుమండపం', 'నల్లఛత్రి' ఫ్యాక్షన్ నేపథ్యంలోను వచ్చిన కథలు. 'హంసనత్తు', 'పూర్ణబింబం' స్త్రీ జీవితం ఆధారంగానూ, 'వాడొక్కడు', 'ఎడారిఓడ' సామాన్యుల జీవన సమరం ఆధారంగానూ రాసిన కథలు, 'ఏడు తలలనాగు' ఇటీవల ముదిరిపోయిన ధనిక స్వామ్య వ్యవస్థను ప్రతిబింబించే కథ. 'ఉరుసు' ముస్లిం జీవితాన్ని ఆవిష్కరించిన కథ. 'ఆగ్రా టాంగా' విలక్షణమైన, మానవీయాసక్తిగల కథ. వస్తు నవ్యత, వస్తు విలక్షణత ఈ కథల్లో ప్రస్ఫుటంగా కనిపిస్తున్నాయి. ఈ కథలు కొన్ని మధ్యతరగతి, ఇంకొన్ని క్రింది తరగతి, మరికొన్ని అధోజగతి జీవిత ప్రతిఫలనాలు.

సమాజంలోని రెండు వర్గాలలో రచయితలు ఎటువైపు మొగ్గ తారనేది ఆసక్తికరమైన అన్వేషణ. ఇది రచయిత దృక్పథాన్నిబట్టి, చైతన్యాన్ని బట్టి నిర్ణయమౌతుంది. రచయిత లెటువైపు ఉండాలి? అన్నది మాత్రం విలువైన ప్రశ్న. ఈ ప్రశ్నకు గంగాధర్ సమాధానమే 'ఆగ్రా టాంగా'. మన రాష్ట్రం నుండి ఇద్దరు స్నేహితులు - కథకుడు, రామమూర్తి తాజ్‌మహల్‌ను చూడాలని ఆగ్రా వెళతారు. వాళ్ళకు ఆగ్రాలో ఇస్మాయిల్ అనే టాంగావాలా పరిచయమౌతాడు. ఆయన ఆంధ్రప్రదేశ్ వాసి. తెలుగు చక్కగా మాట్లాడతాడు. కథకుడు ఇస్మాయిల్ జరిపిన సంభాషణలో, ఇస్మాయిల్ ఆంధ్రా నుంచి ఆగ్రా వెళ్ళి అక్కడ టాంగావాలాగా బతుకుతూ, ఒక ముసలి దంపతులకు సేవ చేస్తూ బతుకుతున్నాడని తెలుస్తుంది. రామమూర్తికి ఇది ఒక సాధారణ విషయంగా కనిపించి, తాను తాజ్‌మహల్‌ను చూడడానికి వెళ్ళి పోతాడు. కథకుడు మాత్రం ఇస్మాయిల్, ముసలి దంపతుల జీవితాన్ని తెలుసుకోడానికి ఆగిపోతాడు. ఈ కథలో రెండు సౌందర్యాలు రెండు వర్గాలు భాసిస్తాయి. ఒకటి తాజ్‌మహల్ సౌందర్యం - సంపన్నవర్గం. రెండు ఇస్మాయిల్, ముసలి దంపతుల జీవిత సౌందర్యం సామాన్యవర్గం, రామమూర్తి మొదటి దానివైపు, కథకుడు రెండవదానివైపు మొగ్గారు. రచయిత కథకునిలో దాగున్నాడు. వర్గ ఆసక్తిని, వర్ణ పక్షపాతాన్ని వ్యంగ్య సౌందర్యంతో ప్రకటించింది ఈ కథ.

ఒక పౌరుడు - ఏ దేశస్థులైనాగాని, పుట్టిన నేల మీద ఆత్మవిశ్వాసంతో, ఆత్మగౌరవంతో బతకలేక, పొట్ట క్షుటికోసమో, కుటుంబ పోషణ కోసమో పొరుగు దేశాలకు వెళ్ళిపోవడం ఏ దేశానికైనా గౌరవం కాదు, తలవంపులు. అలాంటి పరిస్థితి ఉన్న దేశం ప్రజాస్వామిక దేశమని చెప్పుకోవడం కూడా కుదరదు. మన రాష్ట్రం నలుమూలల నుండి ప్రతిరోజు సామాన్యులు, మధ్యతరగతివాళ్ళు బ్రతకు తెరువు, అదనపు ఆదాయాన్ని వెతుక్కుంటూ విదేశీ విమానాలెక్కి పోతున్నారు. ఏ రకంగానూ వలస గౌరవం కాదు. అయినా ఇది ఇవాళ ప్రవాహ సదృశ్యంగా జరిగిపోతున్నది. పరాయిదేశాలలో ఈ వలస జీవులు పడుతున్న వేదన అంతా ఇంతా కాదు. మంచిజీవితాన్ని వెతుక్కుంటూ పోయి అసలు జీవితాన్ని పోగొట్టుకుంటున్నారు. ఈ వాస్తవికతకు ప్రతి రూపమే 'ఉరుసు' కథానిక.

'వాడొక్కడు', 'ఎడారిఓడ' - ఈ రెండూ విలక్షణమైన కథలు, జానపద లక్షణాలను అందుకున్న కథలు. మధ్య ప్రదేశ్‌లో ఎక్కడో వెనకబడిన ప్రాంతం నుండి ఎవరో ఒక ఒంటెను దొంగిలించి దానిని రాయలసీమ జిల్లాలలో తిప్పుతూ పొట్టబోసుకుంటూ ఉంటే, దానిని కదిరప్ప దొంగిలిస్తాడు. దానితో అతను పొట్టబోసుకుంటూ ఉంటే, అతనిని నుండి గరుడయ్య దొంగిలిస్తాడు. మనవ్యవస్థలో వంచనకు, మోసానికి పాల్పడితే తప్ప బతకలేని స్థితి ఇంకా కొనసాగుతున్నదనడానికి ఈ కథ నిదర్శనం. 'వాడొక్కడు' విశిష్టమైన కథ. ఈ కథ ఎన్ని సార్లు చదివినా ఆర్ద్రంగా ఉంటుంది. దుఃఖం ఆగదు. ఇది ఈ సమాజంలో తన 'మూలుగు' అనే వాయిద్యం తప్ప ఇంకేమీ తనదంటూ లేని ఒక పెద్దాయన కథ. రాయలసత్రం కేంద్రంగా గంగాధర్ చిత్రించిన గాలోడు గొప్ప మానవీయ మూర్తి. అందరి చావులకూ విషాద సంగీతం వినిపించిన గాలోడు దిక్కులేని చావు చావడం ఈ కథలో విషాదం.

అగ్రకుల సంపన్నుల ఫ్యాక్షనిజంలో పౌరులు ముఖ్యంగా దళిత బహుజనులు బలైపోవడం మీద ఇది వరకే కొన్ని కథలు వచ్చాయి. 'తూర్పు మండపం' 'నల్లఛత్రి' కథలు ఈ అంశాన్నే చిత్రించాయి. 'తూర్పు మండపం'లో ఫ్యాక్షనిస్టులనేమి చేయలేని రక్షణ వ్యవస్థ, ఫ్యాక్షనిజాన్ని అణచివేస్తున్నట్లు

నటించడంలో 'పక్కీరప్ప' వంటి వడ్రంగులను హింసించే అన్యాయాన్ని బయట పెట్టింది. రోగం ఒకటైతే వైద్యం ఇంకొకటంటే ఇదే. 'నల్లఛత్రి'లో రెండు విశేషాలున్నాయి. ఒకటి ఫ్యాక్షనిస్టులు శత్రువులుగా ఉంటూనే, అవసరమైనప్పుడు మిత్రులుగా మారిపోయి, తన ఫ్యాక్షన్ దాహానికి దళితుల్ని బలిచేయడం. రెండు, రాయలసీమ ఫ్యాక్షనిజంలో రెండోదశను ఆవిష్కరించడం. ఈ కథలో అంకన్న హయాంలో లింగన్న, రోశిరెడ్డి హయాంలో కొండయ్య, ఆయన భార్య బలైపోతారు. ఈ కథలో వర్గ శత్రువులుగా ఉన్న రెడ్లు, నాయుళ్ళు చివరికి రాజీపోతారు. రెండువైపులా నాశనమైంది దళితులు. దళితుల రక్షణ కోసం వచ్చిన చట్టాలు అగ్ర కుల ఫ్యాక్షనిస్టుల ప్రయోజనాలకు ఎలా ఉపయోగపడుతున్నాయో ఈ కథ తెలియజేస్తుంది.

కరువు సీమగా పేరుపొందిన రాయలసీమలో అక్కడక్కడా కనిపించే అందమైన ప్రకృతి, అక్కడికి కూడా విస్తరిస్తున్న వ్యాపార సంస్కృతి 'ఒక జింకలకొండ', 'ఒక దేవలంచెరువు'లో చిత్రించాడు గంగాధర్. పెట్టుబడిదారీ వ్యవస్థబలోపేతమై, అది మొగవాళ్ళ నుండి ఆడవాళ్ళ దాకా విస్తరించి స్త్రీలలో కూడా బూర్జువా బుద్ధులను ఎలా పెంచి పోషిస్తున్నదో 'పూర్ణబింబం' కథ వాస్తవికంగా ఆవిష్కరించింది. బతికి చెడిన స్త్రీ సమూహాన్ని పోగొట్టుకొని ఒంటరిదై లోకుల బాధలన్ని భరించి తనతో ఆడుకొన్న సమాజంతో తానే ఎలా ఆడుకున్నదో చక్కని జానపద బాణీలో చెప్పిన కథ 'హంసనత్తు'. ఉత్తమ పురుష దృష్టి కోణంలో చైతన్య స్రవంతి పద్ధతిలో ఇటీవల ప్రపంచీకరణ ద్వారా సంక్రమించిన కథకు ఈ పేరు తప్ప మరోపేరు కుదరదనిపిస్తుంది.

గంగాధర్ కథలకు కార్య క్షేత్రం రాయలసీమలోని కడప జిల్లా. సీమ జీవిత మూలాలు రచయిత దృక్పథం నుండి, ఆయన అన్వేషణ నుండి దూసుకొచ్చాయి. రాయలసీమ వాతావరణం కథలలో నేపథ్యమై వాస్తవికతకు దోహదం చేశాయి. స్థానిక స్థల విశేషాలు పిడికిళ్ళి కొలదీ మనకు పరిచయమై ప్రాదేశిక వాస్తవికతను ఆవిష్కరిస్తాయి. రాయలసీమ ప్రజల భాష కథలలో

పాత్రల భాషగా వినిపించి వస్తువు పట్ల పాఠకులకు హితిని, విశ్వాసాన్ని పెంచుతాయి. ప్రాదేశిక పరిమళాలను వెదజల్లుతున్న ఈ కథలు విశ్వకథా సాహిత్యంలో లీనమౌతాయి.

రచయితలకు జీవిత వివరాలు, ప్రాదేశిక విశేషాలు ఎక్కువగా తెలియడం ఒక భాగమైతే, వాటిపట్ల ఒక వైఖరి వ్యక్తం కావడం సాహిత్యంలో మరో భాగం. రచయిత వైఖరి ఎంత బలంగా ఏర్పడితే రచనపట్ల పాఠకులకు విశ్వాసం అంత బలంగా కలుగుతుంది. ఈ వైఖరిని రచయిత పాఠకులను పిలిచి చెప్పనక్కరలేదు. రచనలో, నిర్మాణంలో అంతర్భాగంగా ధ్వనిస్తే అందం. అయితే ఈ వైఖరి ఏర్పడడం హఠాత్తుగా జరిగే పని కాదు. రచయితల జీవితానుభవం పరిపక్వం చెందాలి. భావజాల స్పష్టత ఏర్పడాలి. గంగాధర్‌కు జీవిత వివరాల జ్ఞానం, ప్రాదేశిక వివరాలు, ఈ చిన్న వయుసుకే ఇన్ని ఎలా తెలిశాయో అని ఆశ్చర్యం వేస్తుంది. వాటి పట్ల ఒక వైఖరి కూడా రూపొందుతున్నది. ఇది పూర్తి కావలసి ఉంది. ఈ వైఖరి నిర్మాణానికి ఒక ముగింపు ఉండదు. అది నిరంతర ప్రక్రియ. గంగాధర్ వైఖరీ నిర్మాణం పరిణతిచెందుతున్న కొలదీ ఆయన ఇంకా గొప్ప కథలు రాయగలడన్న నమ్మకాన్ని ఆయన ఇప్పటి దాకా రాసిన కథలు రుజువు చేస్తున్నాయి.

కథా కథన శిల్పచాతుర్యం, పాత్ర చిత్రణాసామర్థ్యం, పఠనీయ శైలి నిర్మాణం వంటి మంచి గుణాలు గంగాధర్‌ను తెలుగు కథానికకు రాయలసీమ నుండి మంచి చేర్పును చేస్తున్నాయి.

**– ఆచార్య రాచపాళెం చంద్రశేఖర రెడ్డి**

# కథల్లోకి...

కేంద్ర సాహిత్య అకాడమి యువపురస్కారాన్ని
డా॥ వేంపల్లి గంగాధర్‌కు ఆగస్టు 25, 2012నాడు,
భువనేశ్వర్‌లో ప్రదానం చేస్తున్న అకాడమీ అధ్యక్షులు
సునీల్ గంగోపాధ్యాయ.

# చీనీ చెట్లు

మళ్లీ తెల్లారుజామున వాన ఎత్తుకుంది.

నాలుగేళ్ల నుంచి కరువు దాహంతో విలవిలలాడి ఎండిపోయి నెర్రలు పట్టిన చెరువు స్వాతి వానతో తనివితీరా దప్పిక తీర్చుకొని కుదుటపడిన నిండుకుండ తిన్నా తొణికి లేస్తా వయ్యారాలు పోతా వుండాది.

దిగదాల బెస్తోళ్లు వలలెత్తుకొని, గాలాలు పట్టుకొని చెరువులోకి చేపలు పట్టను దిగుతాండరు.

చెరువు కట్టకు ఆనుకొని ఎకరాల కొద్దీ వేసిన చెట్ల తోటలు పచ్చంగా ఎదుగుతా వుండాయి. ఔ... తోటలు సగం రామిరెడ్డివి, మిగితా సగం వెంకటనాయుడివి!

తెల్లారేపాటికి వూర్లో ఈ వార్త బగ్గుమని మండింది. గట్టిగా మాట్లాడకుంటే ఎవరితో ఏ ప్రమాదం వస్తాదో... మనకెందుకులెమ్మని అందరూ లోగా ఇండ్లలోకి పోయి గుసగుసలాడుకుంటా వుండారు.

వూర్లో అంతకుముందు రెండు పార్టీల వర్గాలే వుండేవి. మొన్న ఇంగో కొత్త పార్టీ వచ్చినాక మూడు పార్టీల వర్గాలైనాయి. దీంతో వూర్లోని జనానికి తనకలాట వచ్చిపడింది. వాళ్లతో వీళ్లు మాట్లాడినా, వీళ్లతో వాళ్లు మాట్లాడినా సంగతి గొంతు మీదికి వస్తా వుండాది. రోంత అటు ఇటు అయితే కులాల వారిగా, కుటుంబాల వారిగా అందరూ విడిపోయే పరిస్థితులు ఏర్పడతా వుండాయి.

పదైదు రోజుల క్రిందట వూర్లో డిష్ కేబుల్ కనెక్షన్స్ కాడ గొడవచ్చి పడింది. రామిరెడ్డికి, వెంకటనాయుడికి సరిపోలేదు. 'నెలకు నెలకు నువ్వు లెక్క పెంచుకుంటా పోతాంటే లెక్క ఏంటికిస్తాం? అంతా నీ ఇష్టమేనా? నీ కనెక్షను వద్దు... నువ్వూ వద్దు... పా...' అని కోపంతో ఎగిరినాడు వెంకటనాయుడు.

'రేయ్... మన ఇండ్లలోంచి ఈ దావ ఎంబిడి టౌనుకు పోయేదానికి దారి యియ్యాకండి. వాళ్లు ఆ ఎగువ పక్క వీరాపురం వంకకు ఆనుకొని వుండే దావను బాగాజేసుకొని పొమ్మని చెప్పండి. వాళ్లకు ఆ దావ, మనకు ఈ దావ' అని పంచాయతీ పెట్టి తన వర్గానికి చెప్పినాడు నాయుడు.

పంచాయితీ తీర్మానాన్ని రామిరెడ్డికి జెప్పినారు.

'దావ ఎవడి సొమ్ము? ఎగువ వీధిలో మీరుండారు. మిమ్మల్ని దాటుకొని మేముండాము. ఇదే దావ టౌను దిక్కు పోతాది. మాదేంది? మీదేంది? గవర్నమెంటోళ్లు వచ్చి పంచాయితీ పెట్టమను చెప్తా. మీరే కావాలంటే వీరాపురం వంక దారిని బాగుజేసుకొని వాడుకోండి...' అని పంతానికి మీసం దువ్వినాడు రామిరెడ్డి.

ఒకటే వూరు రెండు ముక్కలైనట్లు అయ్యింది. చూస్తాండగానే వూర్లో నాయుడు కొత్త డిష్ బిగించినాడు. వాళ్లకంటే ఇంకో రెండు ఛానల్లు గూడా ఎక్కువ. నెలకు లెక్క కూడా వాళ్లకంటే తక్కువ. ఈ సంగతి రామిరెడ్డికి తెల్సి, తన వర్గానికి అందరికి డిష్ కనెక్షన్ ఉచితం చేసినాడు. అన్నుంచి ఇద్దరి మధ్యన పోరు నడస్తానే వుండ్య.

వెంకటనాయుడు, మాధవరాయుడులిద్దరూ కల్సి వ్యూహం జేసినారు. రామిరెడ్డి కాంట్రాక్టు పని మీద హైద్రాబాదు పోయినప్పుడు, వూర్లో ఆయప్ప లేకుండా వున్న సమయం జూసుకొని తమ మనుషుల్ని రంగంలోకి దింపినారు. శింగనమల కోన దాటుకున్యాక పడమటికి రాళ్ల చేను దిక్కుంటే చీనీ తోటలోకి యిడ్సినారు. ఆ చీనీ తోటంతా రామిరెడ్డిదే. పదునైన మచ్చు కత్తులు, గొడ్డళ్లతో చీనీ చెట్లన్ని నరికి పారేసినారు. మొత్తం ఆరు నూర్ల చీనీ చెట్లు ఎక్కడికక్కడ తలలు తెగిన మొండ్యాల తిన్నా కుప్పకూలిపోయినాయి. రామిరెడ్డిని ఆర్థికంగా దెబ్బ తీయాలని వీళ్లు కుట్ర వ్యూహం అమలు జేసినారు.

రెండ్రోజుల తర్వాత వూర్లోకొచ్చిన రామిరెడ్డి నిమ్మళంగా వుండినాడు. తన వర్గం వాళ్లు చెప్పిన మాటలన్ని విని మెల్లింగ నవ్వినాడు. తలాడించినాడు. ఊ కొట్టినాడు.

అన్నీ విన్యాంక 'తొందరపడాకండి. ఇప్పుడిప్పుడే ఏం వద్దు. రోంత నా తిన్ననే నిమ్మళం పడండి...' అని చెప్పి శాంతపర్చినాడు తన వర్గాన్ని రామిరెడ్డి. మళ్ళా రెండ్రోజులు తిరుమలకు పోయి దేవుడి దర్శనం చేసుకొని వచ్చినాడు. వూర్లోకి వచ్చిన రోజు రాత్రే నాయుడి డిష్ కేబుల్ మొత్తం పెరక్కచ్చి నడిరోడ్లో బేసి అగ్గి పెట్టినారు. ఈ పని ఎవరు చేసింది అందరికి తెల్సు. కానీ ఎవరూ నోరు విప్పలేదు.

నాయుడు ఎస్సైని కల్సి కేసు పెట్టి వచ్చినాడు. ఇంగో రెండు రోజులకు తాడిపత్రి దావ దిక్కు మోరీ సత్రంకు తూర్పుకు వుండే నాయుడి చీనీ తోట మీదకు రామిరెడ్డి దృష్టి పడింది. అంతే రాత్రికి రాత్రి తన మనుషులతో తోటలోని ఎనిమిది నూర్ల చెట్లు తెగిపడినాయి. దెబ్బకు దెబ్బ. పగకు పగ. ప్రతీకారానికి ప్రతీకారం తీర్చుకున్యట్లు మీసాలు దువ్వుకున్యాడు రామిరెడ్డి. కాయలకొచ్చిన చీనీ చెట్లు పంతానికి బలైనాయి.

మామూలుగా అయితే చీనీ కాయలు గంపల కేసి కుట్టి బొంబాయికి పంపిస్తారు. రైల్వే స్టేషన్‌కు చేర్చుకొని మెయిల్‌కు, దాదర్‌కు లోడు ఎక్కిస్తారు. ఆదాయం వచ్చే పని ఇదే. ఇట్టనే చీనీ కాయలు అమ్ముకునే వాళ్లందరూ బాగుపడింది. ఇప్పుడు ఒకరంటే ఒకరికి సరిపోక ఎవర్ని ఎవరూ ఎదగనివ్వకుండా చేసుకుంటూ వుండారు. ఆర్థికంగా ఎవరు ఎదిగి బలపడినా మిగిలినోళ్లకు ప్రమాదమని ఇట్టా చీనీ చెట్లు నరుక్కుంటా వుండారు. ఈ జబ్బు ఇప్పుడిప్పుడు పట్టుకొనింది కాదు. అప్పుడెప్పుడో ఫ్యాక్షన్ వుండే చోటల్లా ఇట్నే చీనీ చెట్లను నరుక్కొని తమ పగ చల్లార్చుకుంటా వుండేటోళ్లు. దాని కొనసాగింపే ఇప్పుడు జరుగుతా వుండేదంతా.

చూస్తాండగా వారం రోజుల్లోనే రామిరెడ్డి తోటలోని ఆరునూర్ల చీనీ చెట్లు, నాయుడు తోటలోని ఎనిమిది నూర్ల చీనీ చెట్లు నేలకూలిపోయినాయి.

వీరాపురం వంకకు కట్ట కట్టే పని కాంట్రాక్టు కోసం పోటీ వచ్చింది. రెండు వర్గాలోళ్లు జీపులేసుకొని హైద్రాబాదుకు పోయి చక్రం తిప్పినారు. ఎట్టైనాగానీ కాంట్రాక్టు సంపాదించుకోవాలని ప్రయత్నాలు చేసినారు. ఎమ్మెల్యే గట్టిగా పట్టుకొని రామిరెడ్డికే వంక కట్ట నిర్మాణ కాంట్రాక్టు పని ఇప్పించినాడు.

వెంకటనాయుడు, మాధవరాయుడు ఇద్దరూ కాళ్లీడ్చుకుంటూ వూరికొచ్చినారు. తర్జనభర్జన పడినారు. అధికార పార్టీ వాళ్లని కాదని తమకు ఏ పనులు అందవని దిగులుపడినారు.

రామిరెడ్డి తోటనంతా దున్నిస్తా వుండాడు. మళ్లా కొత్తగా చీనీ చెట్లు తెప్పించి నాటిస్తా వుండాడు. దాన్లకు పాదులు చేయిస్తా వుండాడు. నీళ్లు పారబెట్టిస్తాండడు. పని చకచకా జరిగిపోతా వుండాది. పౌరుషానికి నాయుడు కూడా రంగంలోకి దిగినాడు. టౌన్లో వడ్డీకి అప్పు తెచ్చినాడు. తోట పనిలోకి దిగినాడు. చీనీ చెట్లు కోడూరుకు పోయి కొనుకొచ్చినాడు. కూలోళ్లను పనిలోకి పెట్టినాడు. పని జరుగుతా వుండాది. లెక్క సరిపోకపోతే ఇంట్లోని బంగారు నగలు కూడా బ్యాంకులో పెట్టి లెక్క తీసుకొచ్చి చీనీ చెట్లకే పెట్టుబడిగా పెట్టినాడు. బాగా కాయలు కాసే దశలో పోయిన చెట్లు గుర్తుకొచ్చినప్పుడు కళ్లనిండా నీళ్లు తిరుగుతా వుండాయి. నోటికాడి కూడు నేల రాలిపోయి నట్లుండాది. మళ్లా మంచి కాలం రాకుండా పోతాదా? అనే ఆశతోనే వుండాడు.

మూడ్రోజుల క్రితం మాధవరాయుడు ఏందో పనుండాదని జెప్పి 'రాయలసీమ' రైలు తాడిపత్రిలో ఎక్కి హైద్రాబాదుకు పయనమైనాడు. రైలుకాడికి పోయి నాయుడే దగ్గరుండి ఎక్కించి వచ్చినాడు. తను చీనీ చెట్ల పనిలో వుండగా పార్టీ ఆఫీసు కాన్నుంచి ఫోనొచ్చింది. మాధవరాయుడు కొత్తగా వచ్చిన పార్టీలో జేరినాడని! వెంకటనాయుడికి కాళ్లూ, చేతులూ ఆడలేదు. ఇప్పుడు తన తన పరిస్థితి ఏమిటో తెలీకుండా వుండాది. ఈ పార్టీలోనే వుండాలా? ల్యాకుంటే రాయుడితో పాటి కొత్త పార్టీలోకి మారాలా? దిక్కు తెలియని పరిస్థితి.

తోట కాన్నుంచి వస్తాండేటప్పుడు రామిరెడ్డి జీపు ఎదురైంది. జీపు ఆపి పలకరించినాడు. వూరి రాజకీయమంతా నాయుడు పూసగుచ్చినట్లు చెప్పినాడు. ఇదంతా తనకు ముందే తెలుసునని అన్నాడు రామిరెడ్డి. 'ఇప్పుడు తన పరిస్థితి

ఏందని అడిగినాడు' దిగాలుగా నాయుడు. 'నువ్వేం ఆలోచించాకు నువ్వు నువ్వుండే పార్టీలోనే వుండు. వూర్లో మూడు పార్టీలు వుండని. నీకు వంక కట్ట కాంట్రాక్టు పనిలో సగం వాటా యిస్తా. మనిద్దరం కల్సి వుందాం' అని నవ్వుతా జెప్పినాడు రామిరెడ్డి.

'అట్నేలే' అని తలాడించినాడు నాయుడు. మరుసటిరోజు మాధవ రాయుడు కొత్త పార్టీలో చేరినట్లు ప్రకటన కూడా వచ్చింది. వూర్లో రాయుడి మద్దతు వర్గం పెద్ద ఎత్తున బాణసంచా పటాకులు పేల్చినారు. స్వీట్లు పంచుకున్యారు.

ఇదంతా రామిరెడ్డికి, వెంకటనాయుడికి ఏమాత్రం నచ్చలేదు.

మాధవరాయుడు వూర్లోకి రాకముందే ఏదో ఒకటి చేసి భయపడించాలని నిర్ణయించుకున్యారు.

ఇంగేం వుండాది? మామూలే... రాత్రికి రాత్రి వీరాపురం వంకకు ఎగువకు భైరవకోన దిక్కునుండే మాధవరాయుడి చీనీతోట పైకి గురి కుదిరింది.

తెల్లారేపాటికి ఐదు నూర్ల చీనీ చెట్లు ఎవరో నరికి పారేసినారని జనమంతా చెప్పుకుంటా వుండారు.

గట్టిగంటే ఏ ప్రమాదం ఎట్లా వస్తాదో అని జనం భయపడిపోతా వుండారు.

రైలు దిగి వూర్లోకి వచ్చిన మాధవరాయుడికి తన అనుచరులు ఈ సంగతి చెప్పినారు ఆత్రమాత్రంగా.

తన వర్గం వాళ్లు చెప్పిన మాటలన్నీ విని మెల్లింగ నవ్వినాడు. తలాడించినాడు మాధవరాయుడు.

'తొందరపడాకండి. ఇప్పుడిప్పుడే ఏం వద్దు. రోంత నా తిన్ననే నిమ్మళం పడండి' అని చెప్పినాడు.

రామిరెడ్డి, వెంకటనాయుడి తోటల్లోని చీనీ చెట్లు త్వరత్వరగా పెరుగుతా వుండాయి. పాపం పండినట్లు!

***2* సెప్టెంబర్ *2008***

# కొండగ్గి

పడమటి కొండకు అగ్గి పెట్టినారు.

ఇద్దరు మనుషెలెత్తు మంటలు రగిలిపోతా వుండాయి. ఎండాకాలం వచ్చిందంటే కొండకు జీవాలు తోలుకొని పోయేటోళ్ళు ఎవరో ఒకరు అగ్గిపుల్లగీసి మండించి దిగొస్తారు.

యింగ జూస్కోవాళ కొండలోని బోదగడ్డి రగులుకొని పెద్ద పెద్ద మాన్లుగూడా మాడిమసై బొగ్గులై రాలిపోవాల్సిందే.

'ఇట్టాటి చిదుగు అంతా రగులుకొని పోతే మళ్ళా వానాకాలం వచ్చేటప్పటికంతా కొండంతా పచ్చని చిగుర్లు ఎత్తుకుంటాయి. దట్టంగా బోదలేస్తాది. అన్ని జీవాలకు మేత బాగుంటాది' అని సంబరంగా నోట్లో బీడీ ముట్టించుకొని పొగవదుల్తా జెప్పినాడు సర్పంచు ఇంట్లో పనిచేసే పక్కీరప్ప సత్రంకాడ కూకునేటప్పుడు. సర్పంచ్ ఆవులను కొండకు తోలకపోయేది వాడే. దేవళం బడి మోట్లో ఒంటేపమాను కింద కూకొని తాడు పేనుతా సిద్దయ్య గూడా ఇదేమాట ఎత్తిడ్సినాడు.

'న్నా... ఇదో ఈ నులకతాడులో మధ్యమధ్యలో ఒక్కో అగ్గిపుల్ల పెట్టి కొండంతా నులకతాడు తిప్పుకొని పరుచుకొని వస్తా. దిగదాల కవ్వం కోనకు అనుకొని వుండే వంక దావ కొస్తానే ఒక మోట్లో తాడును రగిలిస్తా. జూస్కో సగర పొద్దుకంతా కొండంతా ఎట్టా మండుకుంటాదో' ఒంట్లోని సత్తువంత కూడగట్టుకొని నులకతాడు పేన్తానే చెప్పినాడు సిద్దయ్య.

గువ్వల కనుమ దిక్కుకాన్నుంచి జూస్తే కొండలో పెద్దపెద్దమాన్లు కొమ్మల్ని ఆకాశంలోకి దిప్పుకొని గంభీరంగా శబ్దం చేసుకుంటా వుండేవి. నేరేడుచెట్లు గంపలకొద్దీ పండ్లను ఇస్తాండేవి. దాన్లను కూలోళ్ళు రాల్చుకచ్చుకొని బడికాడ

అమ్ముకునేటోళ్ళు. విస్తారంగా దొరికే విస్తరాకును దిగువ ఇండ్లలోని వాళ్లు పెరక్కచ్చుకొని 'ఆకుల తట్ట'లను తయారుచేసుకొని టౌనుకు ఎత్తకపోయి అమ్ముకునేటోళ్ళు.

కొడుకులు వదిలేసిన సుబ్బమ్మవ్వ ముసిలితనంతో కుంటుకుంటానే కొడెక్కి గంపకు కలీపండ్లు, బిక్కిపండ్లు పెరక్కచ్చుకొని సందుల్లో తిరిగి అమ్ముకొని జీవనం గడుపుతా వుండేది. వంక దిక్కు నీళ్ళుతాగను నెమళ్ళగుంపులు ఎగురుకుంటా వస్తావుండేవి. దాన్లను జూడను ఆదివారాలప్పుడు బడిపిల్లోళ్ళందరూ జీవాల్ని కొండకు తోలకపోయేవాళ్ళ వెనకెమ్మడి ప్రాధేయపడ్తా పోతాండిరి.

అడవిపావురాళ్ళు నీళ్ళ ఊటల దగ్గర గూళ్ళు కట్టుకొని బురబురమంటా శబ్దం జేస్తా వుండేవి. బెరకు బెరకుగా దిక్కులు జూసే కుందేళ్ళు ఈ పక్క ఎగిరి ఆ పక్కన్నుంచి దూకి రాళ్ళమధ్యలోని బొరియల్లోకి పోయి దాక్కుండేవి. దుప్పులు కళ్ళుమూసి తెరిచేలోగా కొండమొనలో తెల్తా కనపడ్తా వున్యాయి. బాట మల్లిచెట్లు దావెంబడి పూలవర్షం కురిపిస్తాండేవి. మద్దిచెట్లు ఊగుతా సంబరపడ్తావున్యాయి.

ఆ కాలమంతా కళ్ళముందర కరిగిపోతా వుండాది. ఇప్పుడు పడమటి కొండ దిక్కు జూడాలంటే గూడా గుండె తరుక్కుపోతాంది. ఏముండాది?

'సున్నంబట్టీల' కోసరం సర్పంచు తమ్ముడు అడవిలో వుండే పెద్దమాన్లు అన్నీ కూలోళ్ళను పెట్టి నరక్కించుకున్యాడు. ట్రాక్టర్లు పెట్టి దిగదాలకు తోలుకున్యాడు. ఫారెస్టోళ్ళతో ఒప్పందం జేసుకొని పాలకొండల దిక్కు, కవ్వంకోన దిక్కుండే చెట్లు అన్నీ 'కొయ్యల' కోసం మాజీ సర్పంచు బేరం కుదుర్చుకొని మాట్లాడుకని నరుక్కున్యాడు. కంజుపిట్టలు, అడవికుందేళ్ళను వలల్లో పట్టుకొని నములుకొని తింటా వుండారు. చిక్కిన దుప్పుల్ని చిక్కినట్లు చప్పరిస్తావుండారు.

కొండకు అగ్గిపెట్టినట్టుగానే వుండాది ఇప్పుడు పల్లెలో గూడా. వస్తాండే ఎన్నికల్లో ఎవరు పోటీ చేస్తారో, ఎవరికి టిక్కెట్ వస్తాదో తెలీకుండా వుండాది. మొన్నటిదాకా అధికార పార్టీలోనే వుండేటోడు సర్పంచు అల్లుడు. మండలంలో ఇంగో పార్టీ అభ్యర్థి అధికార పార్టీలోకి దూకుతానే కష్టాలు మొదలైనాయి.

ఎట్టయినా గానీ ఈసారి పార్టీ టిక్కెట్ సంపాదించుకోవాలని మొండిపట్టు పట్టినాడు సర్పంచు అల్లుడు. అవతల ప్రత్యర్థి వర్గం వాళ్ళు టిక్కెట్ మాకే వస్తాంది అని జెప్పి బ్యానర్లు కట్టుకొని ప్రచారం జేసుకోవడం మొదలుపెట్టినారు.

మండలంలో ఇప్పుడు య్యాడజూసినా పార్టీ టిక్కెట్ల గురించే మాట్లాడుకుంటా వుండారు. ఎమ్మెల్సీగా ఒకర్ని పంపాలని, ఇంగొకరిని ఎమ్మెల్యేగా పార్టీ నిలుపుతాందని జెప్పినా రెండు వర్గాల వాళ్ళు వినేటట్లు లేరు. పాత ఫ్యాక్షన్ రగులుకునేట్లుగానే కన్పిస్తాంది. సర్పంచ్ అల్లుడు అధికార పార్టీకి రాజీనామాచేసి ప్రతిపక్ష పార్టీలోకి మారాలని జూస్తాండడు.

ప్రతిపక్ష పార్టీలోని అభ్యర్థి అధికార పార్టీలోకి వచ్చి ఎమ్మెల్యేగా పోటీ చేయాలని వ్యూహం చేసుకున్నాడు. 'ఎమ్మెల్సీ'గా పోవడానికి ఎవరూ ఆసక్తి చూపకపోవడమే దీనికి కారణం. దీనికితోడు పల్లెల్లోని రెండు వర్గాలు వెనకడుగు వేసే ప్రశ్నేలేదని వీళ్ళని ముందుకు తోస్తావుండాయి. ఇద్దరు నాయకులు రాజధానికి పోయి చక్రం తిప్పుకుంటా వుండారు.

ఎగువపల్లెలోని ఒక వర్గం వాళ్ళు, దిగువ పల్లెలోని మరోవర్గం వాళ్ళతో మొన్న రేత్రి కర్రలు తీసుకొని కలబడినారు. ఇద్దరికి తలలు గూడా పగిలినాయి. చీకీచెట్లలో పెట్టిన నాటుపాగ బాంబులు కూడా కలిదావ దిక్కున వేసుకున్నారు. సర్పంచు ఇంట్లో పనిచేసే వాళ్ళకు గాయాలై ఆస్పత్రిలో చేరినారు.

"రేయ్... ఇంగా టిక్కెట్లు గూడా రాలేదు. అప్పుడే మీరేంటికి తన్నుకుంటా వుండారు. రానీయ్యండి! తీరామారా టిక్కెట్టు మళ్ళ జూసుకుందాం. వాళ్ళ బలమెంతనో? మన బలగం ఎంతనో, తొందరపడగాకండి." అని ఇండ్లలోకి రేత్రి కారేసుకొని వచ్చి సర్పంచు చెప్పిపోయినాడు.

అట్నేలెమ్మని తలాడించినారు. ఇప్పుడు పల్లెలో కొండకు అగ్గిపెట్టినట్టు వుండాది.

రెండు వర్గాలోళ్ళు ఓట్లు ఎప్పుడెప్పుడొస్తాయా? అని పగ, ప్రతీకారాలు తీర్చుకునేందుకు చూపెట్టుకొని వుండారు.

***10 మార్చి 2009***

# ఏ ఊరికి ఏ దారి?

కొత్త షెడ్యూలు పిడుగులాగా వచ్చి పల్లె నెత్తి మీద పడింది.

'అలైన్‌మెంట్ మారింది' అనే మాట వినపడ్తానే రైతుల గుండెల్లో రైళ్ళు పరిగెడ్తావుండాయి. చెప్పింది ఒకటి. చేస్తాండేది ఇంకొకటి. ప్లాను ఎప్పటికప్పుడు మారిపోతా వస్తాంది. దీని వెనుక జరుగుతాండే రాజకీయం ఎవరికి తెలుస్తాంది? అంతా పెద్దోళ్ళ యవ్వారం. వీళ్ళకు కమిషన్లు కావాల. వాళ్ళకు పనులు, కాంట్రాక్టులు కావాల. ఇంగ రైతులు ఏమైతే వీళ్ళకేం కాబడ్తాంది! పల్లెలు వీళ్ళ దెబ్బకు అదిరిపోతాండయి. జనం బెదిరిపోతాండరు.

టౌన్లలో మాత్రం కాంట్రాక్టర్లు నిమ్మళంగా య్యాడుండారు? నలభైఐదు అడుగులరోడ్డు వెడల్పు కాంట్రాక్టు, రోడ్డు నిర్మాణం చూస్తాండగానే అరవై అడుగుల వెడల్పుకు మారిపోయింది. ఇండ్లు పోయినోళ్ళు గుండెలు బాదుకుంటా కలెక్టరేట్ ముందర ధర్నాకు దిగినా ఒక్కడికి గూడా కనికరం కలగకపోయింది.

ఓట్ల కోసం ఐదేళ్ళకొకసారి కాలనీలోకి వచ్చే ఎమ్మెల్యేగానీ, ఎం.పీగానీ పట్టించుకోవడం లేదు. ఎమ్మెల్యే హైద్రాబాద్ ఇడ్సి నెలకు ఒకసారి కూడా నియోజక వర్గానికి రాడు. ఎం.పీ. ఢిల్లీ ఇడ్సి సంవత్సరానికి ఒకసారి గూడా ఈ దిక్కు చూడడు. వాళ్ళకింది 'చోటా మోటాలు' మీసాలు దువ్వుకుంటా, కాంట్రాక్టు పనులతో నాల్గు చేతులా సంపాదించుకుంటా వుండారు. పంచాయితీలు, సెటిల్‌మెంట్లు చేస్తా పెద్దరికం ముసుగులో అందిన కాడికి గుంజుకుంటా వుండారు.

వీళ్ళ కాంట్రాక్టు పనుల కోసరం అలైన్‌మెంట్లు మారిపోతావుండాయి. కలెక్టర్లకు పై నుంచి ఫోన్లు కొట్టిస్తాండరు. కాదంటే రాత్రికి రాత్రి శ్రీకాకుళం దిక్కుకు, ముక్కూ మొఖం లేని చెత్త డిపార్ట్‌మెంట్లోకి సాగనంపుతారనే భయంతో కలెక్టర్లకు కంటి నిండా నిద్రగూడా లేకుండా పోయింది. కడుపు చించుకుంటే కాళ్ళ మీద పడ్తాది అనేట్లు వాళ్ళకుండే కష్టాలు వాళ్ళకు వచ్చిపడ్తా వుండాయి. యింగ చేసేదేంలేక కాంట్రాక్టర్ల కోసరం పనుల్ని గుర్తిస్తాండరు. కొత్త పనులు చేపడ్తాండరు. కొత్తప్లాన్లు గీస్తాండరు. షెడ్యూళ్ళు ప్రకటిస్తాండరు. అలైన్ మారితే కోట్లు వచ్చి ఖాతాలో చేర్తాయి. ఎవరికి ఇయ్యాల్సిన కమీషన్లు వాళ్ళకు చేర్చితే పనులు ఎట్లావున్నా అడిగేటోడు వుండడు.

నదిలేని చోట బ్రిడ్జిగూడ కట్టొచ్చు. కాల్వలు గూడా తవ్వించొచ్చు. ప్రాజెక్టు నిర్మాణమే డిజైన్ చేసుకోవచ్చు. ముంపు గ్రామాల్ని గుర్తించి ఖాళీ చేయించవచ్చు. బ్యాక్‌వాటర్ వచ్చే ప్రాంతాల వారికి నష్టపరిహారం ఇచ్చే కార్యక్రమంలో కోట్లు చేతులు మార్చుకోవచ్చు. ఈ రాజకీయం రైతులకు ఎప్పటికి అర్థమైతాది? ఉత్తర్వుల షెడ్యూలు ఎట్లా రూపొందుతుందో, దాని వెనుక ఎంత మంది కాంట్రాక్టర్ల కడుపాత్రం వుంటాదో... కొన్ని రాబందులు కొన్ని నక్కలు కొన్ని ఊసరవెల్లులు, కొన్ని నల్లత్రాచులు కలిసి 'రాజకీయం' నడిపి ఒకటికి పదిసార్లు అలైన్‌మెంట్‌లను మార్చుకుంటూ ముసాయిదా ప్రకటన ప్రకటిస్తారో రైతుల కెట్లా తెలుస్తాది? ప్రజాపయోగార్థం అనే దాని వెనుక వుండే లోతైన లోయ గురించి విడమర్చి రైతులకు ఎవరు చెప్తారు? 'సదరు భూముల సేకరణ కోసం ఉత్తర్వులు, భూమికి సంబంధించిన ప్లానును కార్యాలయ పనివేళలో ఏ సమయంలోనైనా తనిఖీ చేసుకొనవచ్చుననే' భరోసాను నమ్మకంగా నమ్మి మోసపోయే వారి గురించి ఎవరు ఆలోచన చేస్తాండరు?

అలైన్‌మెంట్ మారిన ప్రతిసారి నష్టమెవరికో, లాభమెవరికో ఎందుకు గుర్తించలేకపోతాండరు? అసలు ఇన్నిన్నిసార్లు అలైన్‌మెంట్ ఎందుకు రూపాంతరం చెందుతూ వస్తోందో నిలదీసి అడిగే ధైర్యం ఒక్కడికి లేదెందుకో..! అడిగేటోడు లేకుంటే చేసేటోళ్ళు ఇట్నే చేస్తావుంటారా?

'ఓరే వెంకట్రాముడు... మనకెప్పుడు జ్ఞానమొస్తాదిరా? ముఖాన థూ అని ఊసినా తుడ్చుకొని పోయేతట్టు ఎందుకురా తయారైతా వుండాము? మనకు నెత్తురుండాదా లేదా? మనకింత తిండి పెడ్తాండే భూమిని వాడెవడో ఫ్యాక్టరీ కట్టుకుంటాడంటే వదులుకొని పోవాల్సి ఎందుకొస్తాందిరా? భూమి తల్లి మన అమ్మరా. వేరు చెట్టురా. వాడు మన వేర్లు గుంజుకుంటా వుండాడురా... భూముల్ని వాడి చేతుల్లో పెట్టగాకండిరా... మీకు పుణ్యముంటాది. వాడిచ్చే వెయ్యి నోట్లకు ఆశపడి భూములు అమ్ముకోవాకండిరా... మీకు రెండుసేతులెత్తి మొక్కుతాండ!' అని రచ్చబండకాడ కూకొని సిద్దయ్య తాత మొత్తుకుంటా చెప్తాండే మాటలు ఎవరింటా వుండారు?

నష్టపరిహారం వస్తాందంటే చెట్లు, చేలూ, పొలాలూ, తోటలూ, కుంటలు, కాల్వలు, చెర్వులూ, బోర్లు, మోటార్లూ, విత్తనాలు, కాడెద్దులూ, కల్లాలూ అన్నీ ఎగిరిపోతాండయి. పల్లెలన్నీ నోళ్ళు వెల్లబెట్టుకొని ఆశగా పచ్చకాయితాల కోసం చూపెట్టుకొని ఉండాయి. వీళ్ళకిప్పుడు రోంత జ్ఞానం కావాల. వినేటోళ్ళకు ఎవరైనా చెప్పొచ్చు. విననోళ్ళకు బ్రహ్మంగారు చెప్పినా విని చావరు. ఏమైంది? చూస్తాండగానే ఏం జరిగింది? గాలేరు నగరికాల్వ ఎన్నెన్ని అవతారాలు మార్చుకుంటా భూముల్ని మింగుతా వికృతంగా ఆడింది. ఒక్కమాటైనా రైతులకు ఎవరుచెప్పినారు? అలైన్‌మెంట్ మార్చినాం. మీ భూములు పోతాయనే విషయం దాచిపెట్టుకుంటావచ్చి, రైతుల మీదపడి భూమినెందుకు గుంజుకోవాలని వాళ్ళు పన్నాగం పడినారు?

'స్వామీ మీరిచ్చే పరిహారం వద్దు. మా పంట భూమి మాకుంటేసాలు. మీరు మాపల్లెదిక్కే రావాకండి' అని శెట్టిగుంట పంచాయతీ రైతులు మొన్న ఆఫీసర్ల కార్లు పల్లెలోకి రానీయకుండా దావలోనే అడ్డం కూకున్యారు. నిరసన తెల్పినారు. కొత్తపల్లె రైతులు గూడా ఇట్నే మండిపడినారు. కలెక్టర్‌కాడ వాళ్ళ పంచాయితీ గూడా జరిగింది.

'ఎకరాకు యాభై వేలు ఎక్కువిచ్చేది వద్దు. మా భూములు ఏటిపాలు చేసేదివద్దు. అలైన్‌మెంట్ మీ ఇష్టమొచ్చినట్లు ఎందుకు మారుస్తా వచ్చినారని రైతులు తమ గోడు వెల్లబోసుకుండిరి. ఒక చెవుతో వినడం ఇంగో చెవుతో

యిడ్సిపెట్టడం అధికారులకు పుట్టుకతోనే వచ్చే సహజగుణం కాబట్టి రైతులకు పెద్ద ప్రయోజనం జరుగుతుందని ఎవరూ అనుకోవడంలేదు. 'కమీషన్ల ముందు కన్నీళ్ళు కన్పిస్తాయా?' అని గురవయ్య పైకనేసి నాడు గూడా.

రింగురోడ్డు వచ్చినప్పుడు గూడా ఇట్నే రైతులు తనకాలాడినారు. అది ఎన్ని వంపులుగా చూపించి నారో అంతకు పదిసార్లు అలైన్‌మెంట్ మార్చుకుంటూ పోయినారు అధికార్లు. మారిన ప్రతిసారి భూములు పోగొట్టుకున్యా రైతులు మరణం చివరి అంచున నిలబడి రాజ్యం పెట్టే చిత్రహింసను దుమ్మెత్తిపోసినోళ్ళే! రాజకీయనాయకుల ప్రయోజనాల కోసమే రింగ్‌రోడ్ సృష్టించబడిందని తెలుసుకునేసరికే 'షెడ్యూలు' అధికారికంగా వెలువడుతా వచ్చింది. రింగ్‌రోడ్ వస్తాందని ముందే తెల్సుకున్న వాళ్ళు రైతుల దగ్గర్నుంచి తక్కువ ధరలకు భూముల్ని కొనుగోలు చేసుకున్యారు. ఈ విషయం తెలియని అమాయకులు భూముల్ని అమ్ముకొని ఇదో ఇప్పుడు తమ తలరాతను తిట్టుకుంటా పాత జ్ఞాపకాలతో జీవిస్తాండరు.

'అలైన్‌మెంట్' క్రమక్రమంగా విస్తరించే విషసర్పం. ఒక్కో ఎకరాను మింగుతా తనకు నచ్చినట్లు ముందుకు అది సాగిపోతా వుంటుంది. పంటపొలాల్ని, తోటల్ని, రైతుల్ని, పల్లెల్ని, అన్నింటిని అది నమిలిమింగేసే అనకొండ. దానికి జాలి, దయ, కనికరం అనే మాటలు తెలియదు. కాంట్రాక్టర్ వ్యూహాత్మకంగా అధికారులనే నాదస్వరంతో దాన్ని ఆడిస్తూ వుంటాడు. దాని ఆట మనకు వేట. ఈ రహస్యాన్ని రైతులకు ధైర్యంగా చెప్పే మొగోడు ఎవరుండారు? దండోరా పల్లె పల్లెకూ కొట్టించి ఈ కుట్రను ఎవరుచాటి చెప్తారు?

రైతుకుండే సమస్యలు రైతుకెన్నో వుండాయి. నీళ్ళురాక, నీళ్ళు లేక ఒకబాధ. కరెంట్ సరిగా రాక ఇంకోబాధ. విత్తనాలు, ఎరువులు, బ్యాంకు రుణాలు, కూలోళ్ళ కొరత, పురుగుమందుల, అప్పుల, వడ్డీలతో అల్లాడిపోతా అలవాటైన వ్యవసాయ కాడిని మొండికి ఈడ్చుకొస్తావుంటే రేత్రిపూట పొంచుకొని పొలంలోకి దూకే అడవిపందుల మాదిరి, చెరకు తోటల్లోకొచ్చే ఏనుగుల మాదిరి ఇదో ఇప్పుడు 'మారిన అలైన్‌మెంట్ గూడా రైతుపైకి దాడి చేస్తావస్తాంది. ఇదొక మాయగాడి కుట్ర. ఇది ఇట్నిట్నే కొనసాగితే ఏమైపోతాది?

అలైన్‌మెంట్లు మారి చివరాఖరికి ఏ ఊరికి ఏ దారో కూడా తెలియకుండా పోతాది. కాంట్రాక్టర్లు రాబందుల లాగా పనుల కోసం ఎగమల్లుకొని వుండారు. బువ్వపెట్టే భూములు అలైన్‌మెంట్‌లో పోయినాంక రైతులకిప్పుడు పురుగు మందుల డబ్బాలే మిగిలినాయి.

'నమ్ముకున్న నేలను అమ్ముకొని యింగ మీరేం చేస్తారురా... పిడికెడు మెతుకులు పెట్టాల్సిన మీరే ఇప్పుడు ఎవరి దగ్గరికి పోయి పిడిశెబువ్వ పెట్టమని అడుక్కుంటారురా...' అని సిద్దయ్యతాత దుఖ్ఖిస్తా వేస్తాండే ప్రశ్నకు ఎవరు జవాబు చెప్తారు?

***1* సెప్టెంబరు *2009***

# రావణ వాహనం

పల్లెలోకి పోలీసు జీపొచ్చింది.

రాగిమాను కట్ట కాడ నిలబెట్టుకున్యారు. దిగువ ఇండ్లలోకి నలుగురు, ఎగువ ఇండ్లలోకి ఇద్దరు పోలీసోళ్లు వచ్చినారు.

పోలీసోళ్ళు పల్లెలోకి ఎందుకొచ్చినారో దిక్కు తెలీక మట్కా నెంబర్లు రాసే అంజిగాడు అప్పుడే చీకిచెట్ల దావెంబడి ఊరిడ్సినాడు. కవ్వంకోన దిక్కు టేకుచెట్ల కాడ నాటుసారా కాస్తాండే వెంకటాద్రి ఎగువపల్లె అవతల తేలినాడు. వీరారెడ్డితో ఫ్యాక్షన్ పెట్టుకొని వుండే రామిరెడ్డి కుటుంబ మనుషులు గూడా వూర్లో లేరు. ఎర్రకొయ్యల పనికి రేత్రిళ్ళు పోయే నాయుడు పరారైనాడు. అసలు కతేందో, పోలీసోళ్ళు పల్లెలోకి ఎందుకొచ్చినారో తెల్సుకోకుండానే ఇట్టాటోళ్ళంతా అడ్డదార్ల ఎంబిడి ఉరికెత్తి పోయినారు.

ఓట్లు వస్తాండయి కాబట్టి పల్లెలో కొట్లాటలు కాకుండా వుండేందుకు సోదాలు జేస్తా వుండామని జెప్పినారు.

'మీ పల్లెలో ఫ్యాక్షన్ ఇంగా వుండాదా?' అని మీసాలు దువ్వుకుంటా అడిగినాడు పోలీసు. ఏంజెపితే ఏమైతాదోనని సన్నోళ్ళు నీళ్ళు నమిలినారు. 'నాల్గు నెళ్ళకిందట మీ వూరిలో జరిగిన హత్య ఫోటో పేపర్లో జూసినాంలే. మర్చిపోయినామని అనుకుంటా వుండారా?' గదమాయించినాడు కొత్తగా స్టేషన్‌కు వచ్చిన ఇంగో బానకడుపు పోలీసు.

బయట ఎండమండిపోతా వుండాది.

కొట్టం లోపలికి వచ్చినారు.

కట్టెల పొయ్యి ఊదుకుంటా కూరాకు జేసుకుంటా వుండాది లక్షుమ్మ.

పోలీసును చూస్తానే దిక్కు తెలీక తనకలాడ్తా లేసి నిలబడింది.

'నీ మొగుడు య్యాడుండాడు?' గదురుకున్యాడు పోలీసు.

'న్నా... రెడ్డోరి తోటలోకి పనికి పోయినాడు' - చెప్పింది భయపడ్తా.

'ఏం పేరు వాడ్ది' - పోలీసు మీసాలు దువ్వుకున్యాడు.

'అంకన్న' - కొంగుతో ముఖం తుడ్సుకుంది ఆయమ్మి.

'యారెడ్డి తోట్లోపని?'

'వీరారెడ్డి అయ్య తోట్లో'

పచ్చి కట్టెల పొగ చుట్టుకుంటాంది.

'ఫోటోలో ఎవరు?'

గుడిసెలో గుంజకు య్యాలాడ్తాండే ఫోటో దానికి వేసిన ఎండిపోయిన పాతదండను జూస్తా పోలీసు అడిగినాడు ముఖం చిట్లించుకుంటా.

'మా మామ గంగన్న' - తలొంచుకొని జెప్పింది.

'మీ అత్త ఏది?' - నులక మంచంలో కూర్చున్యాడు పోలీసు.

'పల్లెకు తిర్నాలకని పోయిండాది న్నా' -ఆయమ్మి చేతులు కట్టుకుంది.

'మీ మా ఎట్లా సచ్చిపోయినాడు?' - సిగరెట్ వెలిగిస్తా అడిగినాడు.

'అదో న్నా... అప్పుడు వీరారెడ్డి తమ్ముడు ఎల్లారెడ్డి అయ్యతో పాటి శ్రీశైలంకు పోయ వస్తాంటే బాంబులేసుకున్యారు జూడు... అప్పుడే ఆయప్ప కూడా సచ్చిపోయినాడు.' - చెప్పింది లక్షుమ్మ కళ్ళనిండా కన్నీళ్ళతో.

ఓహో... ఫ్యాక్షన్ మర్డరా?

'ఏమో తెల్దు... న్నా' - అన్నే ఆయమ్మి కూలబడింది దిగులుగా.

ఏడ్సాకు.

నీ మొగుడొచ్చినాంక ఒకసారి స్టేషన్ కాడికి నేను రమ్మన్యాననని చెప్పంపి.

రోంత మాట్లాడాల.

పోలీసు కొట్టంలోంచి బయటికొచ్చినాడు.

అన్నుంచి గంగమ్మ దేవళం దగ్గరుండే సాంబయ్య గాడ్ని పట్టుకున్యారు. వాడు వణికిపోయినాడు. 'సామీ మాకేం తెల్దు. కక్షలు మాకేంలేవు. ఎగువ ఇండ్లలోని వాళ్ళకే వుండాయి. మేము సన్నోళ్ళం. కూలి పనికి పోయి బతికేటోళ్ళం. కొట్లాటలకు పోతే కడుపు కాల్తాది' అని వేడుకున్యాడు.

బడి ఎగొట్టి చీమిడి కార్సుకుంటా, చినిగిపోయిన నిక్కర్లను పైకి ఎగదోసుకుంటా సత్రం కాడ దాక్కొని పిల్లోళ్ళు తొంగి తొంగి జూస్తాండరు పోలీసోళ్ళను. కుక్కలైతే మోరీ కింద మొరుగుతానే వుండాయి. దేవళం అరుగు మీద కూకొని చింత పిచ్చలతో బారాకట్ట ఆడ్తావుండే ఓబయ్య తాతను నిలదీసినారు.

'దొరా! కాటికి కాళ్ళు చాపుకొని పడివుండేటోన్ని. నాకేం తెల్సు పల్లెలో కొట్లాటల సంగతి. య్యా పొద్దు గూడా ఓటు గూడా వేసినోడిని కాను. ఎవరో ఒకరు యింత సంగటి పెడితే తిని అరుగు మీద పడి వుంటా' అని దగ్గుకుంటా జెప్పినాడు.

'అంటే మీ పల్లెలో ఎవరు ఓట్లు వాళ్ళు వేసుకోలేని పరిస్థితి వుండాదన్నమాట. అంటే అన్ని ఓట్లు గుద్దుకుంటారు. రిగ్గింగుకు పాల్పడతారని అర్థమైతాందిలే. ఓట్లు అంటే ఏమనుకుంటా వుండారు? ఆ కాలాలు పోయినాయి. తొక్కితాట తీస్తాం. పోలింగ్ దగ్గర ఈగ వాలినా ఒప్పుకోం. అట్టాటోళ్ళు ఎవరన్నా వుంటే పేర్లు జెప్పు వాళ్ళ అంతు తేల్చి పారేస్తాం' అని మళ్ళా మీసాలు తిప్పినాడు పోలీసాయన.

బోరింగు అవతలుండే కొట్టాల్లోకి దూరి సోదాలు జేసినారు. ఇండ్లలో పెట్టుకొని వుండే మచ్చుకత్తులు, కొడవళ్ళు, గొడ్డళ్ళు, గడ్డపారలు అన్నీ తెచ్చి జీపులోకి వేయించినారు. వెదురు కట్టెలుంటే గూడా ఒప్పుకునేది లేనే లేదని తేల్చి చెప్పినారు.

'సామీ ఆ సామాన్లు అన్నీ దిన్నం మేము పనులకు తీసకపోయేటివి. కొట్లాటల కోసరం పెట్టుకున్యవి కాదు' అని కూలోళ్ళు ప్రాధేయపడ్తా వుండారు. వినే పరిస్థితిలో ఎవరుండారు? ఇంగా ఎక్కువ మాట్లాడితే 'మీరు గూడా జీపెక్కండి' అని అంటారేమోననే భయం. ఆన్నుంచి ఎగువతోటలో రెండు గంపల చిక్కుడుకాయలు, రెండు గంపల వంకాయలు, గంప నిమ్మకాయలు, చిలకల బావి కాడ అరటిగెల కోయించుకొని దాన్లను గూడా జీపులో పెట్టించుకున్యారు. ఎగువ ఇండ్లకాడికి వస్తానే జీపు ఆపుకున్యారు. ఆడుండే అంగట్లో కూల్‌డ్రింక్స్ తాగి నిమ్మళంగా సర్పంచయ్య ఇంటి దిక్కు కదిల్నారు నవ్వుకుంటా. మధ్యాహ్నం ఆయప్ప చేయించిన నాటుకోడి నంజుకొని తిని స్టేషన్ దావ పట్టినారు.

మాజీ మంత్రి ధర్మారెడ్డి బామ్మర్ది నాగిరెడ్డికి ఊట చెరువు పనుల కాంట్రాక్టు అప్పగించినారు. దాన్ని ఆయప్ప పల్లెలో తన మనిషైన వీరారెడ్డికి సబ్ కాంట్రాక్టు యిచ్చినాడు. 'కాంట్రాక్టు పని నాక్కావాలని' రాజకీయంగా ప్రయత్నాలు చేసుకుంటా వుండే రామిరెడ్డికి గుండె మండిపోయింది. చేసేదేం లేక 'పనుల్లోనైనా రోంత భాగం పంచాలని' ఎంపీ కాడికి పోయి కూర్చున్యాడు. చెరువు పనుల కోర్టు గొడవలన్నీ వీరారెడ్డి చూస్కుంటా వచ్చినాడని, అందుకే ఆయప్పకు పనుల్లో భాగమిచ్చినామని నిమ్మళంగా చెప్పి చేతులు దులుపుకున్యాడు ఎంపీ. చెరువు కట్టపని పోతే పోయింది ముందు ముందు వచ్చే పనుల్లో న్యాయం జేస్తానని దువ్వి పంపించినాడు. రామిరెడ్డికి రాత్రిపూట నిద్రకూడా పట్టడం లేదు. పొద్దున్నే ఎంపీటీసి మెంబర్లను పిల్సి 'చెరువు కింద ముంపుకు గురయ్యే పొలాలకు పరిహారం ఇప్పటికిప్పుడు ఇస్తేనే ఒప్పుకుంటాం. ల్యాకుంటే కాంట్రాక్టు పని చేయనీయమని' రచ్చ పెట్టించినాడు. అది రగులుకునింది. అరవైనాలుగు

ఎకరాల భూమి చెరువు కింద ముంపులోకి పోయింది. దాన్లలో సగం భూములకు పరిహారం అందింది. మిగిలిన దాన్లకు సర్వే చేసి చెల్లిస్తామని ఆర్డీవో చెప్పిపోయినాడు.

'చెరువు పనుల గోతుల మట్టి పొలంలోకి వేస్తాండరని' సింగల్ విండో అధ్యక్షుడు ఏఎస్పీ కాడికి పోయి అర్జీ కాయితం యిచ్చి వచ్చినాడు. స్టేషన్ కాడ పొద్దునే ఏఎస్పీ పంచాయితీ పెట్టించి సర్దిచెప్పినాడు. సాయంత్రం పల్లెలో బాంబులేసుకున్యారు రెండు వర్గాలోళ్ళు.

పోలీసోళ్ళు వచ్చినారు.

బాంబు లెక్కడేసుకున్యారో ఎవరూ చెప్పడం లేదు. క్లూస్ టీం, డాగ్ స్క్వాడ్, బాంబు స్క్వాడ్ వాళ్ళందరూ వచ్చి శ్లాబు ఎగిరిపోయిన ఒక ఇంటిని గుర్తించగలిగినారు. ఇనుపకడ్డీల ముక్కలను, బాంబు శకలాల్ని ఫోరెన్సిక్ ల్యాంబ్‌కు పంపినారు.

'స్వామీ ఈడ పేలింది బాంబులు కాదు. దీపావళి పండగ కోసం పిల్లోళ్ళు తెచ్చిపెట్టుకున్య పటాకులు' అని ఆడోళ్ళు చెప్పకచ్చినారు.

ఎవరూ ఒప్పుకోవడం లేదు.

ఎవరూ సాక్షానికి రావడం లేదు.

పోలీసులకు ఈ పల్లె రాజకీయమేందో దిక్కు తెలీక తల విదిలించుకుంటా వెనక్కి పోయిరి.

పంచాయితీ మళ్ళా ఏఎస్పీ కాడికి చేరింది.

రెండ్రోజుల తర్వాత టౌన్లో పనులు జూస్కొని రాత్రి కట్ట కాన్నుంచి మోటర్ సైకిల్‌లో ఇంటికొస్తాండేటప్పుడు వీరారెడ్డి మనిషి ప్రభాకర్ యాదవ్‌ను రామిరెడ్డి వర్గం వాళ్ళు చుట్టిముట్టి వేటకొడవళ్ళతో నరికి చంపినారు. ఇదే కోపంతో వీరారెడ్డి వర్గీయులు ఇంగో వారానికి కర్బూజ తోటకాడ ఒంటరిగా చిక్కిన రామిరెడ్డి వర్గానికి చెందిన భాస్కరరెడ్డిని ట్రాక్టర్‌తో గుద్దిచ్చి పడగొట్టి, పిడిబాకును గుండెలోకి దింపినారు. వాడు అడ్నే నెత్తురు ముద్ద తిన్నా పడిపాయ.

ఇంగో నెలకు శ్రీశైలంలో జరిగే ఉత్సవాల్లో రావణవాహన సేవ జూస్కొని తిరుగు ప్రయాణమై వస్తాండేటప్పుడు వీరారెడ్డి తమ్ముడు ఎల్లారెడ్డిని బొలెరో వాహనంలో వెంటపడి పొలంలోకి పారిపోతాంటే కూడా యిడ్సి పెట్టకుండా తార్రోడ్డుపైకి లాక్కచ్చి వేటకొడవళ్ళతో మెడ, తలను నరికినారు. అంతకు ముందు ఎల్లారెడ్డి దేవాలయ భూముల కౌలు పనులకోసం రామిరెడ్డితో పోటీ కూడా పడివున్నాడు. ఆ పగ కూడా తీర్చుకున్యారు. అప్పుడే ఎల్లారెడ్డితోపాటూ సుమోలో వెంటవస్తా వుండే ఓబులేసు, గంగన్నలను కూడా తల మీద బండరాళ్ళతో మోది రోంత దూరంలోని రాళ్ళబావిలో వేసిన్యారు.

ఎస్పీ వచ్చి చూసి కేసు కట్టమని చెప్పి పోయినాడు.

ఎనిమిది వేట కొడవళ్ళను స్వాధీనం చేసుకున్యారు.

చేసినోళ్ళందరూ పరారీలో వుండారు.

కాలం గడ్సి పోతావుంది.

రెండు వర్గాలోళ్ళు అదునుకోసం చూపెట్టుకొని వుండారు.

ఎవరి చావు ఎవరి చేతిలో వుండాదో...

వీరారెడ్డి, రామిరెడ్డి వర్గాల మధ్యన కక్షలూ, కొట్లాటలూ జరుగుతానే వుండాయి. రామిరెడ్డి టౌన్లో ఎమ్మెల్యే టిక్కెట్టు అభ్యర్థికి మద్దతు ప్రకటించినాడు. పల్లెల్లో తన వర్గానికి చెందినోళ్ళ ఓట్లన్ని వేయిస్తానని హామీ ఇచ్చినాడు. ఆయప్ప వెనుక ప్రచారానికి గూడా పోతాండడు. ఎప్పుడూ తన వెనుక రక్షణగా తన మనుషులను పెట్టుకొని, వాళ్ళను మేపుకుంటా వుండాడు. ఓట్లు అయిపోయినాంక గవర్నమెంటు ఎవరికొస్తాదో చూసుకొని తన పనులు అయ్యే మార్గం ఆలోచించుకుంటా వుండాడు. పార్టీ మారాల్సిన పరిస్థితులు వస్తే మారేదానికి కూడా సిద్ధపడే వుండాడు. ఇప్పుడొచ్చిన ఇంగో కొత్త పార్టీ అభ్యర్థి తనకు ఎంతో కాలంగా బాగా తెలిసిన మనిషే. ఆ వైపు నుంచి కూడా తన వ్యూహానికి అనుకూలంగా పావులు కదుపుతాండు. రాజకీయంగా ఎదిగి బలపడితే వీరాడ్డి యింగ తన జోలికి రాడనే గట్టి నమ్మకంతో వుండాడు.

వీరారెడ్డి గూడా మాజీ మంత్రి ధర్మారెడ్డి పార్టీలో పనిజేస్తాండడు. ఆయప్పను గెలిపించుకోవడం కోసరం ప్రచారం జేస్తాండడు. చుట్టు పక్క పదారు పల్లెల్లో తన బలగం ఎక్కడెక్కడుందో వాళ్ళందరికి తను సూచించిన అభ్యర్థికే ఓట్లు వేసి, వేయించాలని ఇది తనకు పరువు, ప్రతిష్ఠలకు సంబంధించిన అంశమనేటట్లు చెప్తా వుండాడు. తన అభ్యర్థి గెలుపుకోసం బ్యాంకుల్లో దాచుకొని పెట్టిన డబ్బు కూడా బయటికి తెచ్చి ఖర్చు పెట్టాలని నిర్ణయం తీసుకున్నాడు. సంచులకు నోట్లకాయితాలు కుక్కి మూటెలను లోగా ఇంట్లో భద్రం చేసి పెడ్తా వుండాడు. వారం రోజుల కిందట మద్రాసుకు పోయి చీరెలు రెండు జీపులకు కొనుక్కొని వచ్చినాడు. యింగ మంచి కాలం చూసుకొని దాన్లను తన భార్యతో ఆడోళ్ళందరికీ పంచించే కార్యక్రమం పెట్టుకుంటాండడు.

ఈ 'చీరెల' కత తెల్సుకొని రామిరెడ్డి బెంగుళూరు కాన్నుంచి కాలేజీ పిల్లోళ్ళ కోసం 'క్రికెట్' కిట్స్ తెప్పించినాడు. ఒక పల్లెకు ఒక్కో కిట్ పంపిస్తాండడు. కాలేజీ పిల్లోళ్ళందరూ దీన్ల కోసరం రామిరెడ్డి పార్టీ ఆఫీసు కాడ వారం రోజుల్నుంచి కాపు కాసి తమకు తెల్సినోళ్ళతో ప్రయత్నాలు చేసుకుంటావుండారు. అంతా సందడిగా వుండాది. ఎవరు సలహా ఇచ్చినారో తెలియదు గానీ బడి పిల్లోళ్ళకు గూడా పార్టీ ప్రచారానికి వస్తే నోటుపుస్తకాలు, పెన్నులు గూడా యిస్తా వుండారు. సినిమా టిక్కెట్లు గూడా పంచుతాండరు.

పల్లెలో ఇప్పుడు య్యాడజూసినా ఏ పార్టీ వాళ్ళు ఏమిస్తారోనని జూపెట్టుకొని వుండారు. ఎవరు ఏమిచ్చినా ఎగబడి తీసుకుంటా వుండారు. 'మీకే మా ఓటు' అని నమ్మిస్తావుండారు. కొన్ని పల్లెల్లో పంచమని ఇచ్చినవి కూడా అంగడివాళ్ళకు అమ్ముకున్నారు కార్యకర్తలు. కొన్ని చోట్ల చీరెల కోసం, క్రికెట్ కిట్ల కోసం కొట్లాటలైనాయి. తలలు పగలగొట్టుకొని ఆసుపత్రిలో గూడా పడినారు.

తాగుబోతుల ఓట్ల కోసం దేవళం చెరువు దిక్కు ఇటుకల బట్టీలకు ఆనుకొని సారాయి కాంచుతాండరు. నాటు సారాయి క్యాన్లకు తయారు జేసి పల్లెకు జీపుల్లో పెట్టి రేత్రిపూట పంపిస్తాండరు. వీరారెడ్డి మొన్న జాతరప్పుడు రికార్డింగ్ డ్యాన్సర్లను పిలిపించి తెల్లవార్లూ ఎగిరిచ్చినాడు. వాళ్ళు ఒంటిమీద

గుడ్డల్యాకుండా కూడా డ్యాన్సులాడి ఆనందింపజేసినారు. జనం జొల్లు కార్సుకుంటా వాళ్ళని చూసి సంబరపడినారు. రామిరెడ్డి కూడా ఇట్టాటి కార్యక్రమమే ఇంగొకటి పెట్టిస్తాండడు.

ఓట్ల పండగ వస్తాందంటే పల్లెలన్నీ మత్తుగా మూల్గుతా వుండాయి. మొన్న రేత్రి వీరారెడ్డి చీనీతోటలో కూకొని ఇంకొన్ని కొత్త లెక్కలేసినాడు. నాల్గు నాటుతుపాకులు తెప్పించినాడు. దాన్లకు మందుగుండు సిద్ధం చేసి రెడీగా పెట్టమన్యాడు. వేటకొడవళ్ళు గుట్ట తిన్న పోసి ఒక్కో పల్లెకు ఎన్నెన్ని పొంపాలో చెప్పినాడు. నాటు సారాయి క్యాన్లు కూడా సిద్ధం చేసి వుంచాలన్యాడు.

రామిరెడ్డి వారం రోజుల్నుంచి రాళ్ళ గుట్ట కింద నాటుబాంబులను తయారు చేయిస్తా వుండాడు. ఇప్పటికే సగం పల్లెలకు తన వర్గం వారికి అవి చేరి పోయినాయి. వేట కొడవళ్ళు టౌన్లోనే తయారు చేయిస్తాండరు. వస్తానే దాన్లను గూడా అందరికీ పంపిస్తామని చెప్తాండరు. నాటుబాంబులు చుట్టేటప్పుడు రెండ్రోజుల కిందట పేలి శీనయ్యగాడి చెయ్యి ఎగిరి పడింది. ఈ సంగతి పల్లెలో అందరికి తెల్సు. కానీ ఎవరూ బయట మాట్లాడుకోరు. పల్లె ఇప్పుడు ఎప్పుడు పేల్తాదో తెలియని అగ్ని పర్వతం తిన్ననే వుండాది.

ఈ రోజు పొద్దున్నే మళ్ళా పల్లెలోని దిగువ ఇండ్లలోకి పోలీసు జీపొచ్చింది. కూలోళ్ళు బిత్తరపోయి చూస్తా వుండారు.

ఖీ ఖీ ఖీ

శ్రీశైలంలో మహాశివరాత్రి బ్రహ్మోత్సవాలు జరుగుతాండయి.

వీరారెడ్డికి రావణ వాహనం సేవంటే ఇష్టం.

పోవాలంటూ వుండాడు.

ఎనికెమ్మిడి ఎవరెవరు రావాలో కూడా చెప్తాండరు.

ఐదేళ్ళ కిందట వీరారెడ్డి తమ్ముడు ఎల్లారెడ్డిని రావణ వాహన సేవ జూస్కొని వస్తాండేటప్పుడే నరికి చంపింది.

అందర్లో అదే దిగులుండాది లోలోపల.

‘భయపడ్తా బతకలేం రా. తెగింపు వుండాల. ఎల్లకాలం వాడ్దే వుండదు. ఈ సారి రాని కొడుకుల్ని ఉప్పు పాతరేస్తా. ఐదు సుమోలు బయిటికి తీయండి. వేటకొడవళ్ళు, నాటుబాంబులు బండ్లోకి ఎక్కించండి’ చెప్తాండడు వీరారెడ్డి.

అంకన్నను సిద్ధంగా వుండమన్యారు. అట్నే ఓబులేసు కొడుకు మునెయ్యను గూడా!

జీపులు శ్రీశైలం దిక్కు కదిలి పోతాండయి.

రావణ వాహన సేవకు వీరారెడ్డి పోతాండడనే విషయం రామిరెడ్డికి తెల్సిండదూ...

ఆకాశంలో నల్లమబ్బు మోడాలు కమ్ముకుంటా వుండాయి.

***31 మే 2009***

# గింజలు లేని కంకి

ముని గినాడు మునిరత్నం.

నిండా యింగా వ్యవసాయం కతెందో తెల్సుకోకుండానే, దాని లోతెంతో సూస్కోకుండానే అందరిమాదిరే భూమిని ప్రాణంగా నమ్ముకున్యాడు.

సంసారాన్ని గాలికి వదిలేసి పొలంకాడ్నే బతుకు చెట్టునాటుకున్యాడు. రేత్రి, పగలూ నేల తల్లి నీడలోనే సద్దిబువ్వ, ఎర్రకారంతో కడుపు నింపుకుంటూ దుమ్ములో, ధూళిలో నిస్తేజంగా మారిపోతా ఎండిన కట్టెలా మారిన రైతు మన మునిరత్నం. వాడి దిక్కు ఇప్పుడు చూసేటోళ్ళు లేరు. వాడితో మాట్లాడేటోళ్ళు లేరు. వాడు చేసుకున్న పాపమేమో వాడికే అంతుచిక్కడం లేదు. వాడు చేసిన తప్పుఏముంది?

రెండెకరాల భూమిని ప్రేమగా దున్నుకున్యాడు. సాగులోకి తెచ్చుకున్యాడు. ఆ దిక్కు గోపల్లె రైతులు, ఈ దిక్కు పగిడాల రైతులు చేస్తాండే పనే వాడూ చేసినాడు. ఎకరాకు పదివేల రూపాయలు ఖర్చుపెట్టుకున్యాడు. వెంకటరెడ్డి దగ్గర ధర్మవడ్డీ అని చెప్పి మూడు రూపాయల వడ్డీకి దుడ్లు తెచ్చుకున్యాడు. వాడు రూపాయి కూడా తినిందిలేదు. కుటుంబానికి పెట్టుకొనింది లేదు. తెచ్చిన డబ్బు తెచ్చినట్లు పంట కోసమే పెట్టినాడు. విత్తనాల కోసం తిరిగి తిరిగి కర్నూలు జిల్లా నంద్యాలకు చేరుకున్యాడు. ఎకరాకు పద్దెనిమిది క్వింటాళ్ళు వస్తాయని వాళ్ళు చెప్పిన మాటలు నమ్మకం కల్గించినాయి.

కళ్ళముందు కంకులు విచ్చుకున్న పంట కదలాడింది. గుండె ఆనందంతో ఉప్పొంగి తన్మయమైంది. విత్తన కంపెనీ ప్రతినిధులు ఎప్పటికప్పుడు సూచనలు ఇవ్వడానికి తోడుగా నీడగా వుంటామని హామీ కూడా ఇచ్చినారు. రెండెకరాలకు

విత్తనాలు కొని తీసుకొచ్చి వేసినాడు. చూస్తాండగానే జొన్నపంట పైకొస్తా వచ్చింది. కంకులు కూడా వేసినాయి. కానీ దాంట్లో గింజలు మాత్రం లేవు. ఈ వైపరీత్యం ఏందో రైతులకు తెలీకుండా వుండాది. అర్థం చేసుకొని చూసేసరికి జరగకూడనిదంతా జరిగిపోయింది. విత్తనాలు నాసిరకమైనవి కావడం వల్లనే జొన్నకంకులకు గింజలు పట్టలేదని తేలిపోయింది.

గోపల్లె, పగిడాల గ్రామాల్లో మొత్తం మూడొందల ఎకరాల వరకూ ఇలాంటి జొన్న సాగుచేసినారు. ఆ రైతుల పరిస్థితి చెప్పనలవికాకుండా వుంది. భూములను కౌలుకు తీసుకొని సాగు చేసుకున్న రైతుల పరిస్థితి తనకలాటగా తయారైంది. గాలికి ఊగుతూ శబ్దం చేసుకుంటూ గింజలు లేని క్రాసింగ్ జొన్నపంట దెయ్యంలాగా భయపెడ్తాంది. 'ఈ మధ్యన రైతులకు సరియైన పంట విత్తనాలే దొరకడం లేదు. ఏ పంట వేస్కోవాలన్నా విత్తనాలే సమస్యగా తయారైనాయి. విత్తన సరఫరా ఏజెన్సీలు, వ్యవసాయాధికారులతో కుమ్మక్కై అసలు కాయలు పంపిణీ చేయకుండానే రికార్డులపరంగా సవ్యంగా సాగుతున్నట్లు ముగిస్తాండరు. సబ్సిడీ సొమ్మును ఎవరి స్థాయిలో వారు వాటాలు తీసుకొని రికార్డులు రాసేసుకుంటా వుండారని' రచ్చబండ దగ్గర కూకొని గంగిరెడ్డి మామ నిఖార్సుగా చెప్తావుంటాడు. ఆయన ఒకప్పుడు మీసాలు తిప్పి వ్యవసాయం చేసిన రైతు.

శ్రీరాములన్న పరిస్థితి కూడా ఇట్నే వుంది. పొలాన్ని కౌలుకు తీసుకొని నాలుగు ఎకరాల్లో క్రాసింగ్ జొన్న సాగుచేసినాడు. తొమ్మిదివేలు ముందుగా ఖర్చు చేశాడు. కౌలుకు, పెట్టుబడికి కలిపి తడిసి మోపెడయ్యింది. జొన్నపంట పెరుగుతా వచ్చింది. కంకులు కూడా మొల్సినాయి. కానీ దాన్లకు గింజలు పట్టలేదు. గుండెలో రాయిపడింది. గోపల్లెలోని ఇంగో రైతు నాగరాజు ఆరు ఎకరాల్లో క్రాసింగ్ విత్తనాలతో జొన్న సాగుచేసినాడు. పదివేలు పెట్టుబడి ఖర్చు చేసినాడు. తీరా చూస్తే నోట్లో మట్టిపడింది. గింజల్లేని కంకులతో పంట వెక్కిరిస్తా వుండాది. వ్యవసాయ అధికారులు మేమేం చేయలేం అని తేల్చిపారేసి చేతులెత్తేసినారు.

నంద్యాల్లో విత్తనాలు అమ్మిన వ్యాపారులు మా దగ్గరేం లేదు. కంపెనీల వాళ్ళు విత్తనాలు యిచ్చినారు మేం అమ్మినాం అని నిమ్మళంగా చెప్పినారు. విత్తనాలు విక్రయించిన కంపెనీల ఫోన్ల నెంబర్లు గూడా పనిచేయడం లేదు. వాళ్ళ ప్రతినిధులమని తిరిగేటోళ్ళు కూడా ఇప్పుడు అజ్ఞాతంలోకి వెళ్ళిపోయినారు. గింజలు లేని కంకుల పంటను చూస్తే కళ్ళ నుంచి నెత్తురు చిమ్ముతా వుండాది రైతులకు. ఆరు ఎకరాలకు ఒక క్వింటా దిగుబడి వచ్చినా సంతోషమేనని అనుకుంటా వుండారు. రైతులు నష్టపరిహారం అడుగుతారని వ్యవసా యాధికారులు పల్లె దిక్కుకే రాకుండా మానుకున్యారు. అప్పులు, వడ్డీలు తీర్చలేక రైతులు పురుగుమందుల దిక్కు చూడాల్సిన స్థితి దాపురించింది.

అనుకోకుండా ఒక రోజు... పల్లెలోని రైతులందరూ టౌన్లో జరిగే సంక్రాంతి పురస్కారాల కార్యక్రమానికి హాజరుకావాలని వ్యవసాయశాఖ అధికారులు జీపులో వచ్చి చెప్పిపోయినారు. ఆ మీటింగుకు మునిరత్నం కూడా ట్రాక్టర్లో ఎక్కొని అందరితోపాటే పోయినాడు. రైతాంగం అందుబాటులో వుండే వనరులతో పంట దిగుబడి బాగా తీస్తాండరని, ఢిల్లీ, ఇజ్రాయిల్ నుంచి కూడా కొనుగోలుదారులు మన ప్రాంతానికి వస్తా వుండారని, ప్రతి ఒక్కరికీ అన్నం పెట్టే రైతును గౌరవించుకోవాలని అందుకే సంక్రాంతి పురస్కారాలు ఇస్తావుండామని ఎవరెవరి పేర్లో చెప్తావచ్చినారు.

ఆదర్శరైతులమంటూ ఇంకొందరు పురస్కారాలు అందుకున్నారు. వాళ్ళు నిజంగానే రైతులా? అధికారులకు తెల్సిన వాళ్ళ మనుషులా? వరి, వేరుశనగ, పత్తి, చెరకు, బత్తాయి, బొప్పాయి, పూలసాగు వంటి రంగాల నుంచి ఎంపిక చేసిన రైతులంటూ కొందరి పేర్లు పిలిచారు. ఎవరెవరో వేదికెక్కుతాండరు. వాళ్ళు రైతులా? వాళ్ళు ఎక్కడసాగు చేసినారు? ఏ ప్రాంతం వాళ్ళు? ఇట్లాటి వివరాలేవీ ఎవరికీ తెలీదు. సన్మానం, శాలువా, మెమెండో, ఐదువేల నగదు అందుకొని ఎటో వెళ్ళిపోతాండరు. ఇట్లా సంక్రాంతి పురస్కారాల కార్యక్రమం జరిగింది.

తన దౌర్భాగ్యాన్ని తిట్టుకుంటా, తన కర్మకు తాను కుమిలిపోతా ట్రాక్టరెక్కడానికి సిద్ధపడుతున్న మునిరత్నంకు మెడలో శాలువాతో వెంకటరమణ ఎదురొచ్చినాడు. పలకరించినాడు. తానిప్పుడు ఎమ్మార్వో ఆఫీసులో క్లర్క్‌గా

పనిచేస్తున్నట్లు నవ్వుతూ చెప్పినాడు. మునిరత్నంకు తలతిరిగింది. అధికారులు అనుకుంటే ఎవర్ని అయినా ఆదర్శ రైతులుగా గుర్తించేస్తారు కదా! పనిలో పనిగా ఎటూ టౌనుకొచ్చానుకదా అని దేవుని దర్శనానికి పోయినాడు. ప్రతి సంవత్సరం మాఘ శుద్ధ పాడ్యమి నుంచి రథసప్తమి వరకు జరిగే బ్రహ్మోత్సవాల్లో భాగంగా జరిగే కార్యక్రమాన్ని దర్శించుకొని తన బతుకులో వెలుగు నిండాలని కోరుకున్నాడు. ధ్వజస్తంభాన్ని అభిషేకించి విశేషాలంకారంచేసి గరుడ పతాకాన్ని ఎగురేశారు. బలిహారణం చేసారు. ప్రసాదం పంచి పెట్టారు. ఆ దేవుడే తన జీవితాన్ని కాపాడాల! దేవుడు నిజంగా వుండాడ? వుంటే తన పంట ఎందుకు తనకు అందకుండా పోయింది? కన్నీళ్ళు పొంగుకొస్తా వుండాయి.

ఎకరాకు పద్దెనిమిది క్వింటాళ్ళ దిగుబడి వస్తాందని చెప్పిన మోసగాళ్ళను దేవుడు శిక్షించడా? ప్రభుత్వాలు, పోలీసులు ఏమీ చేయలేరా? తనకు నష్టపరిహారం ఎవరిస్తారు? తీసుకున్న అప్పు తీర్చేదెలా? కుటుంబాన్ని పోషించేదెలా? ఇట్లాటి ప్రశ్నల వలయంలోనే మునిరత్నం భ్రమిస్తున్నాడు. క్రాసింగ్ విత్తనాల వల్ల ఇట్లాటి నష్టం వుంటే వాటిని రైతులకు అమ్మేందుకు వ్యాపారులకు పర్మిషన్ యిచ్చింది ఎవరు? నకిలీ విత్తనాలను అమ్మి రైతుల జీవితాలతో చెలగాటం ఆడుతున్న వాళ్ళను ఎందుకు శిక్షించరు?

పల్లెకు పోవాలంటే కూడా మనసొప్పడం లేదు.

రోడ్డు మీద చీకటి పడుతున్న కొద్దీ అందరూ వెళ్ళిపోతాండరు.

చలి కమ్ముకుంటాంది. గింజలులేని కంకిలా అక్కడే నిలబడి పోయినాడు మునిరత్నం.

మంచు కమ్ముకుంటూనే ఉంది.

***19 జనవరి 2010***

# కాడెద్దులు

దుక్కులు దున్నడానికి పెంచలయ్య నాల్గురోజుల్నుంచి పల్లెలో నానా అగచాట్లు పడ్తానే వుండాడు.

పదైదేళ్ళ కిందట మూడు మండలాల్లో కలిసి ఒక ట్రాక్టరుండేది. దాన్ని ఎగువనుండే పోతురాజు దేవళం దిక్కు పెట్టుకొని వుండేటోళ్ళు. నెలముందే ఏరోజు ఎవరి పనికి అది పోవాలో అచ్చిరెడ్డి లోజేబు లో పెట్టుకొని వుండే సన్న పుస్తకం తీసి కళ్ళద్దాలు సరిచేసుకొని రాసుకుంటా వుండేటోడు.

మూడు మండలాలకు కలిసి ట్రాక్టరు పెట్టిన సావుకారి అచ్చిరెడ్డి ఒక్కడే. జూస్తాండగానే కాలం మారిపోతా వస్తాంది. కేశవరెడ్డి రాజకీయాల్లోకి పోయినాంక ఒక ట్రాక్టరు కొన్యాడు. వాళ్ళ తమ్ముడు ఇంగో ట్రాక్టరు పెట్టినాడు. టౌన్లో భూమి అపార్ట్‌మెంట్ కట్టేటోళ్ళకు అమ్మినాంక నాయుడు ఇంగో ట్రాక్టర్ కొన్యాడు. కువైట్‌కు పోయి పదేళ్ళు వుండి మళ్ళా పల్లె కొచ్చిన సత్తార్ కొత్త ట్రాక్టర్ తీసకొచ్చి నిమ్మతోట వేసినాడు. ఇప్పుడు పల్లెలోనే ఎనిమిది ట్రాక్టర్లుండాయి. కేశవరెడ్డి అల్లుడికే మూడు ట్రాక్టర్లుండాయి. దిన్నం పాపాఘ్ని నదిలోంచి ఇసుకను తీసకపోయే పనిమీదన్నే టౌనుకు తిరుగుతా వుండాయి బొంగరం తిన్నా!

వారానికి రెండుసార్లు ఆ అక్రమ ఇసుక రవాణా ట్రాక్టర్లను పట్టుకొని రెండునూర్లు చలానా గీసి వెయ్యినోటు వెనుక జేబులో పెట్టుకొని ఆఫీసర్లు చూసీ చూడనట్లు పోతావుంటారు. దిగదాల గబ్బిలాల కొండలోని ఎఱ్ఱమట్టిని తీసకపోతా ట్రాక్టరు బోల్తా కొట్టి ముగ్గురు కూలోళ్ళు వెనకనే మట్టి కిందపడి ప్రాణాలిడ్సినారు. డ్రైవరు అంకన్న గాడికి ఎడమకాలు విరిగి ఇంటికాడ కుంటి

కూడు తింటావుండాడు. ట్రాక్టరు సుబ్బారెడ్డి నిమ్మళంగా ఇప్పటికీ రోజుకూ నలభై ట్రిప్పులు రేత్రీపగలూ బండితోల్తానే వుండాడు. ఈ ట్రాక్టర్లు పల్లెలోకి రాకముందు రైతుల ఇంటింటికి కాడెద్దులు వుండేటివి. దాన్ల మెడలోకట్టిన గజ్జెల శబ్దం వింటాంటే నేలతల్లి కూడా పులకించి పోతావున్నింది. ఎరువులు లెక్కిచ్చి రైతులెవరూ కొనేటోళ్ళు కాదు. ఎవరికి వాళ్ళ దిబ్బలుండేవి. భూములకు సత్తువ పెరుగుతా వున్నింది. కాడెద్దులు గూడా ఇంట్లో పిల్లోళ్ళ తిన్ననే నీళ్ళా, తిండి చూస్కుంటా సాకేటోళ్ళు. బండికడితే దేవతలరథం కదిలి నట్లుండేది. పొలంలో పండిన పంటంతా కల్లం కాడికి తీసకచ్చిదింపేటివి.

పోయింది. ఆ బంగారం కాలం పోయింది.

నెలన్నర కిందట ట్రాక్టరు కింద పడి రోడ్డులో సాయంత్రం ఆడుకుంటాండే సరోజమ్మ కూతురు ఐదోతరగతి చదివే సుశీల ముందు చక్రాల కిందపడి కప్పపొట్ట పగిలి సచ్చినట్లు చచ్చిపాయ. మట్టి రోడ్డుంతా నెత్తురు ఎగజిమ్మింది. పంచాయితీ జరిగినాంక పదివేలిచ్చి తలనొప్పి వదిలిచ్చుకున్యాడు ట్రాక్టర్ ఓనర్ నారాయణరెడ్డి. ఆయప్పకే ఇంతకు ముందు బండలాగుడు పోటీల కోసం మేపుతాండే పెద్దఎద్దులు వుండేవి. య్యాడ పోటీలు జరిగినా వెండికప్పులు గెల్సుకొస్తా వుండేటోడు. దాన్లను మామిడితోటలో పెట్టి కంటికి రెప్పలా కాపాడుకుంటా, నాటు సారాయి, మాంసంగూడా పెడ్తావున్యాడు.

ఎద్దులు ఏ పోటీలకూ పోయినా మొదటి స్థానంలోనే గెలుస్తావున్యాయి. ఆ ఎద్దులు వీరాపురంలో దసరా రోజు జరిగిన బండలాగుడు పోటీల్లో మూడవస్థానంలో నెగ్గినాయని కోపంతో అమ్మి పారేసినాడు.

అంతకు ముందు పల్లెలో కాడెద్దులు అమ్ముకున్న ఓబయ్య గాడి పరిస్థితి అర్థంగాకుండా ఉండాది. 'ఎంతపని జేసినా మామ! బంగారమట్ట ఎద్దులు ఎవరికి పనికిపోయినా రోజుకింత చేతి ఖర్చులకైనా లెక్కవస్తా వున్నింది. కాడెద్దులు అమ్ముకొని నా నోటికాడి కూడు నేను పోగొట్టుకుంటి' అని వాడిప్పటికీ కండ్లలో నీళ్ళు పెట్టుకొని కలవరపడ్తానే వుండాడు. వాని బాధ చూడలేక వాళ్ళమామ శంకరయ్య 'పోరా... మళ్ళా ఎద్దులు సంతకపోయి కొనుక్కొచ్చుకోమని'

లెక్కిచ్చినాడు. ఆ ఇరవైవేలు తీసుకొని సంతకపోతే ఓబయ్యగాడి అరికాళ్ళ కింద భూమి కదిలినట్లు అయ్యింది. నలభైవేలకు తక్కువ ఆడెవ్వరూ కాడెద్దులు అమ్ముకునేటోళ్ళే లేరు. ఓబయ్యకు తలతిరిగింది.

సంవత్సరం కిందట ఎంత మూర్ఖంగా ఇరవైవేలకు ఎద్దులు అమ్ముకుంటినని తలకొట్టుకుంటా ఇంటిదారి పట్టినాడు. వాని పెండ్లాం అయితే వాడిని తిట్టని తిట్టులేదు.

కాడెద్దులు వుండేటప్పుడు ఓబయ్య గాడికి పల్లెలో మంచి గౌరవం వుండేది.

ఎద్దులమ్మినాక ఆ వైభవం అంతాపోయింది. వాడిప్పుడు దిగులు పడి గంగమ్మ దేవళంకాడ కూకొని కాలం గడుపుకుంటా వుండాడు.

వాడి పెండ్లాం కూలి పనులకు పోతాంది.

వాడ్ని, ఇద్దరు బిడ్డల్ని గూడా ఆయమ్మే సాకుతాంది.

'కాడెద్దుల' మీద బతికెటోడు ఇప్పుడు దావలో పోతాండేటోళ్ళను బీడీలు అడుక్కుంటా వుండాడు ఓబయ్య.

రచ్చబండ కవతల ఎర్రమిద్దెలో వుండే జయనాయుడు దగ్గర ఇప్పటికీ మంచి కాడెద్దులు వుండాయి. ఎవరెవరో అమ్మకానికి కావాలని వచ్చి అడిగిపోతా వుండారు. లక్షరూపాలిచ్చినా దాన్లను ఎవరికీ ఇచ్చేరకంకాదు. దాన్లమీద ఈగవాలినా ఒప్పుకునే మనిషికాదు. బరువు ఎక్కువ ఎత్తుతే సహించలేని వాడు. ఇద్దరు కొడుకులు పల్లెను యిడ్సి కెనడాకొకడు, అమెరికాకొకడు పోయి వుండారు.

'మిమ్మల్ని ఎవరు నమ్ముకున్యాడు? ఎంతదూరమైనా పోండి, ఎంతైనా సంపాదించుకోండి. నాకునేది నాకుంటాది. నేను చచ్చినాంక వచ్చి తోటలోనే బూడ్సి సమాధి కట్టిపోండి. ఎద్దుల్ని నా తర్వాత నా తమ్ముడికి ఇస్తా. వాడుగూడా ఎవరికీ అమ్మడు. ఇవి గూడా నా బిడ్డల్లాంటి వేరా...' అని ఆయప్ప చెప్తాంటే రచ్చబండకాడ రైతుల గుండెలు ఉప్పొంగి పోతావుండాయి.

మొగోడంటే, సేద్యగాడంటే ఆయప్పనేనని ఆకాశానికి ఎత్తుతాండిరి.

ఇప్పుడు పల్లెలో య్యాడజూసినా దుక్కులు దున్నడానికి రైతులు ట్రాక్టర్లనే వాడ్తాండరు. కానీ పెంచలయ్యకు అట్లా యాడైతాంది? అరెకరం వుండే భూమిని దుక్కి చేయడానికి ఎవరొస్తారు? నాల్గురోజుల్నుంచి ట్రాక్టర్ల డ్రైవర్లతో మాట్లాడతానే వుండాడు. వాళ్ళు అదో వస్తాం, ఇదో వస్తామని తప్పించుకొని తిరుగుతాండరు. పల్లెలో ఎవరికి వుండాయి కాడెద్దులు? అందరూ దాన్లను సాకలేక అమ్ముకొని నిమ్మళపడి వుండారు.

రైతులందరూ దుక్కుల పనికోసం తనకాలాడ్తా వుండారు.

'అరెకరా దున్నడానికి ట్రాక్టరు య్యాడొస్తాది? య్యాడన్నా కాడెద్దులు వుంటే తీసకచ్చుకొని పనిజరుపుకోమని ఒకమాట మీదేసి పోతాండరు.

'ఎద్దు తొక్కిననేల ఎనభైపుట్లు పండు' అని జయనాయుడు సేద్యం చేసుకుంటా చెప్తాండడు.

పక్కన ట్రాక్టర్ శబ్దానికి ఆ మాట ఎవరికీ వినపడ్తా వుండాది?

***7 జూలై 2009***

# మా రాజుగా ఉండాను!

అదో మీరు పల్లెలోకి వచ్చేదావలోనే దిగదాల మోట్లో చింతచెట్టు కాడుండే బోరింగు దాటుకున్యాక వుండే కొట్టమే పడగలయ్యది.

మనిషి మెతకోడు. దిన్నం పనులకు పోకుంటే కుటుంబం గడ్సదు. కొండకు పొద్దున్నే పోయి కంప కట్టెలు కొట్టుకొని వచ్చి ఇండ్లకాడ్నే నరికి పుల్లలు చేసుకొని మోపులు కట్టుకొని నాలుగు రోడ్ల కాడికి తీసకపోయి అమ్ముకునే టోడు.

ఎండలు మండిపోతా వుండాయి. కొండ దిక్కుకుపోవాలంటే గూడా భయమేస్తాంది. పశువుల్ని గూడా కొండకు ఎవరూ తోలుకొని పోవడంలేదు. రైల్వే బ్రిడ్జికాడుండే నీడలో విడ్సిపెట్టుకొని ఆడాడ్నే తిరుక్కుంటా వుండారు. పల్లెలోని మూడు బోరింగుల్లో గూడా చుక్క నీళ్ళు ల్యాకుండా ఎండిపోయినాయి. కట్టకవతల వెంకట్రెడ్డి ఆకుతోటలో బావిలోనే నీళ్ళుండేది. అక్కడికి నీళ్ళకు పోవాలంటే పదురెత్తుకుంటాంది. 'రేయ్... నీళ్ళకు మీరు మా బావికాడికొస్తే తోటలోనే కట్టేసి కొట్టిస్తానని' ఆయప్ప మండిపడ్తాండడు. నాల్గు రోజుల కిందట ఎండసెగకు దిగదాల కొట్టాలు రగులుకున్యాయి. తిరుమలయ్య గాడి నడిపి కొడుకు జూసి గట్టింగ అర్సినాడు. అందరూ ఉలిక్కిపడి బయటికొచ్చి చూస్తాండగానే నిప్పురవ్వలు చిటపట మంటా ఎత్తుకొని మండుకున్యాయి. నీళ్ళు జల్లి మంటలు ఆర్పుకుందామంటే నీళ్ళు య్యాడుండాయి? తాగనే ల్యాకుంటే జనం అల్లాడిపోతాండరు. చేతుల్తో, చాటల్తో, గంపల్తో మన్ను, ఇసుక ముంచుకొని ఎగజల్లి ఆర్పుకోవాలని నానా తంటారు పడినారు. చూస్తాండగానే నాల్గు కొట్టాలు బూడిదైనాయి. లోగా ఇండ్లలోని సామాన్లు రోన్ని బయటేసుకొని

మన్నుతో మంటలార్పుకున్యారు. దీంట్లోనే పగడలయ్య కొట్టం గూడా కాలిపోయింది. వాడూ ఇప్పుడేంజెయ్యాలో తెలియక అల్లాడ్తా వుండాడు. దీనికితోడు రేత్రిపూట ఒక్కటే దగ్గు. పెద్దాసుపత్రికిపోయి చూపించుకోవాలంటే టౌనుకు పోవాల. వాళ్ళు సన్నోళ్ళకుయ్యాడ పలుకుతారు? అట్నే దగ్గుకుంటానే కూలి పనులకు పోతాండడు. ఈ కత ఇట్నే నడుస్తాంటే దీని గురించి మనం చెప్పుకోవాల్సిన పని వుండేటిదిగాదు. ఇక్కడే కత మలుపు తిరిగింది. ఎట్టెట్టా...

పల్లెల్లో వుండి టౌనుకు చదువుకోను పోయిన జయరామిరెడ్డి కొడుకు ఉన్యట్టుండి విమానంలో అమెరికా కాన్నుంచి ఊడిపడినాడు. నాల్గు కార్లు కొత్తవి కొన్యారు.

య్యాడాడుండే బంధు బలగాన్ని రప్పించుకున్యారు. జీపులతో మనుషుల్ని పెట్టుకొని రయ్ రయ్‌మని మట్టి రోడ్ల మీద దుమ్మురేపుకుంటూ తిరుగుతాండరు. యువనేత కాడికి బెంగుళూరు పోయి కల్సివచ్చినారు. ఆన్నుంచి హైద్రాబాదులో పార్టీ ఆఫీసులో పెద్ద తలకాయల్ని కల్సి చేతులు తడిపినారు. పార్టీ టిక్కెట్ ఇప్పుడు మధ్యలో వచ్చి అడిగితే ఇచ్చేది కాదని వాళ్ళు తీరుబడిగా తేల్చిచెప్పినారు. మీకే టిక్కెట్టు ఇస్తే ఇంత కాలం న్నుంచి పార్టీనే నమ్ముకొని, పార్టీకే సేవ చేస్తావుండే లీడర్లు ఏం గావాల? కార్యాలయానికి అగ్గిపెట్టి, కుర్చీలను విరగొట్టి, నేతల దిష్టిబొమ్మల్ని తగలబెట్టి ప్రతీకారం తీర్చుకుంటారని కూడా వాళ్ళే సెలవిచ్చినారు.

జయరామిరెడ్డి కొడుకు ఈ మాటలు పట్టించుకోకుండా తన పరపతి అంతా ఉపయోగించి యువనేత కాడ్నే వారం దినాలు కాపుకాసి పావులు కదిపినాడు. తనకు తెల్సినోళ్ళందరితో ఫోన్ల మీద ఫోన్లు కొట్టించినాడు. ఒకే సామాజిక వర్గం అనే నినాదంతో ముమ్ముందుకు దూసుకుపోయినాడు. యువనేత హృదయాన్ని చూరగొన్యాడు. ఇంకేముండాది. యువరాజు తల్చుకుంటే టిక్కట్లకు కరువొస్తాదా? రెండవ జాబితా విడుదలైంది. దాంట్లో మూడవ పేరే మనోడిది. జయరామిరెడ్డి కొడుకుకు టిక్కెట్టు వచ్చినందుకు వాళ్ళ వర్గానికైతే సంబరంగా వుండాది. కానీ ఇంత కాలం నుంచి పార్టీనే నమ్ముకొని వుండేటోళ్ళకు కడుపులో కత్తులు దిగినట్టుగా వుండాది. తట్టుకోలేకపోయినారు. ఎంత నాశనం, విధ్వంసం చెయ్యాలో అంతా చేసినారు. యువనేత మళ్ళా నియోజకవర్గానికి

వచ్చి రహస్యంగా సమావేశం పెట్టినాడు. దువ్వెన లేకుండానే అసమ్మతి నేతల తలలు దువ్వినాడు. గవర్నమెంట్ మన చేతుల్లోకి వస్తానే నామినేటెడ్ పదవులన్నీ మీకే వెండి పళ్ళెంలో పెట్టియిస్తానని మాట ఇచ్చినాడు. మనోడిని మనమే గెలిపించుకోవాలని, కలిసికట్టుగా వుండాలని గట్టిగానే చెప్పినాడు. అసమ్మతి నేతలు సమ్మతిగా తలలాడించినారు. ఆన్నుంచి పల్లెలో ఎన్నికల కతే మారిపోయింది. నియోజకవర్గంలో మూడు పార్టీలైనాయి. ముగ్గురూ బలమైన అభ్యర్థులే బరిలో వుండారు.

ఎవరి ప్రచారం వాళ్ళు చేసుకుంటాండరు. ఐదేళ్ళ నుంచి బీరువాలో దాచిపెట్టిన కట్టలు కట్టలు నోట్లు రెక్కలు తొడుక్కొని పెట్టెలు పెట్టెలుగా బయటికొస్తాండయి. ఓటుకు ఐదు నూర్లు గూడా ఒక్కో అభ్యర్థి ఇస్తాండని జనం అందరూ దిన్నం చెప్పుకుంటానే వుండారు. జనానికి డిమాండ్ వచ్చింది.

ఎక్కడ ఎన్నికల సభ జరిగినా, ఎవరొచ్చి రోడ్‌షో చేసినా జనం కావాల. ఎన్నికల కాలం. దిగువ పల్లెలో వుండే ఓట్ల కోసం నాయకులు గాలం ఏస్తావుండారు. మొన్న టౌన్లో జరిగిన రెండు పార్టీ సభలకు పిల్సకపోయిన కూలోళ్ళకు రోజుకు రెండు నూర్లు ఇచ్చినారు, బువ్వగూడా పెట్టి. మండలంలో నాయకుడి రోడ్‌షోలో మూడు రోజులు జెండాలు పట్టుకొని వెనక తిరిగినందుకు ఒక్కొక్కరికి వెయ్యి రూపాయలు చిక్కింది. కూలోళ్ళకు డిమాండ్‌గా వుండాది. ఒక్కో రోజు ఒక్కో పార్టీ వాళ్ళ వెనక తిరుగుతా సంపాదించుకుంటా వుండారు. మందు, విందు గూడా పెట్టిస్తాండరు. నెలరోజుల్నుంచి కూలోళ్ళకు చేతినిండా పని. జేబు నిండా నోట్లు. కడుపు నిండా మందు. రాత్రి పగలూ పార్టీల జెండాలు మోస్తా సంపాదించుకున్యారు. ఓట్ల కోసం పల్లెలోకి వస్తాండే అభ్యర్థులు లెక్కపంచుతాండరు. పోటీలు పడి ఓటుకు ఐదు నూర్లకు వేయమని ప్రాధేయపడ్తాండరు. డబ్బుకు విలువ లేకుండా పోయింది.

కార్యకర్తలు వాడంతా, సందులూ తిరిగి తిరిగి ఓటు వుందంటే వానికేం గావాలో దాన్ని సమకూర్చి పెడ్తాండరు. దిగువ పల్లె రచ్చబండకాడ మొన్న రేత్రి ప్రచారానికొచ్చిన పార్టీ అభ్యర్థి అప్పటి కప్పుడు పూనుకొని అన్ని పనులు చేసినాడు. నీళ్ళు రాని మూడు బోరింగులు రిపేరు చేయించినాడు. వెంకట్రెడ్డిని పిలిపించి బావిలో నీళ్ళు వాడుకునేకి యిమ్మని ఒప్పించినాడు.

నిన్న పల్లెలోకి ప్రచారానికి వచ్చిన ఇంగో అభ్యర్థి కొట్టాలు కాలిపోయి నోళ్ళకు ఇళ్ళు వేసుకోమని డబ్బులిచ్చినాడు. తన అల్లుడు డాక్టరు కాబట్టి ఎవరికైనా రోగాలు, జబ్బులుంటే టౌన్లో క్లినిక్‌లో ఉచితంగా వైద్యం చేయించు కోవచ్చని చెప్పినాడు. పగడలయ్యకు దగ్గుమందులు, ఖరీదైన వైద్యం చేయించి ఇప్పించినాడు. జయరామిరెడ్డి కొడుకు పల్లెకొచ్చిన రోజు అందరికి విందు ఏర్పాటు చేసినాడు. ఓటుకు ఐదునూర్లు లెక్కపంచినారు. నియోజకవర్గంలోని పల్లెలన్నీ దిన్నం తిరిగి ప్రచారం చేసేందుకు, జెండాలు మోస్తా జై చెప్పేందుకు కూలీ పనికి పోతాండడు పడగలయ్య.

'ఓట్ల పండగ వచ్చినాంక మా కష్టాలన్నీ గట్టెక్కినాయి. కొట్టం మళ్ళా కప్పించుకున్యా. ఇంటికాడి బోరింగు పని చేస్తోంది. రోజు కూలీ, బువ్వ గిట్టుబాటు అయితాంది. పార్టీలోని అభ్యర్థులు ప్రచారానికొచ్చినప్పుడల్లా దుడ్లు ఇస్తాండరు. టౌన్లో వాళ్ళ ఆసుపత్రిలోనే మందులిప్పిచ్చి రోగం పోగొట్టినారు. కొత్త గుడ్డలు కుట్టించినారు.

మహానుభావులు సామీ... ఇప్పుడు ఓట్ల పుణ్యమా అనీ మా రాజుగా వుండానని' వాడు కనపడినోళ్ళందరికి కులాసాగా చెప్పుకుంటాండడు.

***14 ఏప్రిల్ 2009***

# దెయ్యం పట్టిన చెట్లు

కడుపు మండింది రామాంజికి.

నమ్ముకున్న పంట చేతికి రాకపోతే ఏ రైతుకైనా ఎట్టా వుంటాది? ఇప్పుడు రామాంజి పరిస్థితి కూడా అట్లాగే వుండాది. కళ్ళముందు పచ్చనితోట. గాలి వీచినప్పుడల్లా దెయ్యం పట్టిన చెట్లలా రొద పెడ్తాండే పొడవాటి ఆకులు. పిలకలు తెచ్చి వేసినప్పుడు కురిసిన చినుకులకు గుండె తసిడి ముద్దయింది ఆనందంతో.

మామూలుగా అయితే అరటి పంట జోలికే రామాంజి పోయేటోడుకాదు. పొద్దు తిరుగుడు గింజలు చల్లుకొని నిమ్మళంగా కాలుమీద కాలేసుకొని సత్రంకాడ కునుకుతీసేటోడు. ఒకసారి పురుగుమందు పిచ్చికారి కొట్టుకొని పూలు కోసి విత్తనాలు తీసి అమ్ముకొని సొమ్ము చేసుకొని చేసిన అప్పులు తీర్చి, మళ్ళా కొత్తగా పంట వేసేటోడు. ఇది ఇట్లాగే జరుగుతూ వుంటే ఈ కత పుట్టేది గాదు.

రామాంజికి లింగారెడ్డి కూర్చోబెట్టుకొని చెప్పిన లెక్కలు నిద్దరపోనీ లేదు. అరటి పంట పెట్టుకుంటే రెండు చేతుల్లోనూ దుడ్లుంటాయని లింగారెడ్డి ఎంతో నమ్మకంగా చెప్పినాడు. చెప్పడమే కాదు తన రెండెకరాల్లోనూ పిలకలు తెచ్చి పాతినాడు. ఎకరాకు లక్షరూపాయల చొప్పున రెండు ఎకరాలకు రెండు లక్షలు సంపాదించి చూపిస్తానని కూడా లింగారెడ్డి మీసం దువ్వుతా చెప్పినాడు. రామాంజికి కూడా ఆశ పుట్టింది. రైతు ఏ పంట అయినా వేసేది నాలుగు రూకలు ఎక్కువ సంపాదించుకోవడానికే కాబట్టి రెండు రాత్రులూ, మూడు పగల్లూ తనకు తెల్సిన రైతులందర్నీ విచారించి రామాంజి గూడా లింగారెడ్డి

లాగానే అరటి పంట వేయాలని తీర్మానం చేసుకున్నాడు. వారం రోజులు టౌనుకు లింగారెడ్డితో పాటూ తిరిగి అరటి పంటకు కావలసిన వనరులన్నీ సమకూర్చుకున్నాడు. ఎక్కువ తక్కువలొస్తే ఐదు వేలు లక్ష్మిరెడ్డి దగ్గర అప్పు తీసుకున్నాడు. పంట బాగా పండి అరటి గెలలు విరగకాస్తే అప్పు అణా పైసల వడ్డీతో సహా తీర్చి పారేయవచ్చునని బలమైన భరోసా.

చెడిపోయిన బోరును రిపేరు చేయించేందుకు, కొత్త వైరు మార్చేదానికి ఇంగో మూడు వేలు టీచర్ పెండ్లాం శివక్క దగ్గర రెండు రూపాయల వడ్డీకి లెక్క దీసుకున్నాడు రామాంజి. అరటి చెట్లు పచ్చంగా పైకెక్కి వస్తే అరటి గెలలు అమ్ముకోవచ్చు. హోటలోళ్ళకు అరటి ఆకులు వేసివస్తే మంచి గిట్టుబాటు ధర ఇస్తారని లింగారెడ్డి సత్రం కాడ మేకా పులి ఆడ్తా చెప్పిన మాటలే చెవుల్లో గిరగిరా తిరుగుతాండయి.

లింగారెడ్డి మాటలు విని రామాంజి ఎట్లా సాహసం జేసి అరటిపంట వేసినాడో ఒకర్ని చూసుకొని ఇంగొకరు అన్యట్లు ఎగువ భూముల దిక్కు సుబ్బారెడ్డి మూడెకరాలు అరటి వేసినాడు. పడమర భూముల్లో మోహనయ్య గూడా రెండెకరాలు, దిగువ భూముల్లో నాల్గు ఎకరాలు శివయ్య గూడా అరటి పంటనే వేసినారు. పిలకలు నాటిన వారంలో చినుకులు కురిసినాయి. రెండవ వారంలో గూడా మళ్ళా వానొచ్చింది. ఆకులు లేత లేతగా విప్పారినాయి. రైతులందరూ నిమ్మళంగా ఊపిరి పీల్చుకొనిరి. చేతికొస్తాండే పంటలను చూస్తాంటే భూమి కౌలుకు తీసకచ్చిన అప్పు గూడా గాల్లో ఎగిరిపోతాండేటట్టు కనపడింది.

పండక్కి కోడూరు కాన్నుంచి చిన్నన్న ఇంటికి వచ్చిన చెన్నకేశవ రాజంపేట, కోడూరు దిక్కు ఎక్కువేసే పంట ఇదేనని దీనిమీద వచ్చేటి లాభాల గురించి చెప్తాంటే అరటి పంట వేసిన రైతులందరూ చెవులు చెవురించుకొని విన్యారు. రకరకాల ప్రశ్నలతో కావలసిన సమాచారమంతా రాబట్టుకున్యారు. చెట్లకు అరటి గెలలు వేసిన తర్వాత ఢిల్లీ నుంచి వ్యాపారులు సూట్‌కేసులెత్తుకొని వస్తారని చెప్పిన మాటను అడిగి అడిగి చెప్పిచ్చుకున్యారు.

మనం పండిస్తాండే అరటి పండ్లకు ఢిల్లీ దిక్కు దేశంలో మాంచి గిరాకీ వుండాదని అందుకోసమే గెల చేతికొచ్చే కాలానికంతా ఢిల్లీ నుంచి వ్యాపారులు వచ్చేసి లాడ్జీల్లో దిగి అరటి రైతులతో ఒడంబడిక చేసుకుంటారని, వేలల్లో దుడ్లిస్తారని సంతోషంగా చెప్పినాడు చెన్నకేశవ.

'రేయ్... నా మాట విని నాశనమైనోళ్ళు ఎవరూ లేరులేరా. అన్నీ ఆలోచించినాకే అరటి వేసినా' అని రొంత నీల్గుతా మాట్లాడె లింగారెడ్డి.

'నీ పంట ఎంత అధ్వాన్నంగా పండినా టన్ను కాయలకు ఐదువేల కాన్నుంచి ఏడు వేలకాడికి డబ్బులొచ్చి నీ జేబులో పడినట్లే. ఢిల్లీ వ్యాపారస్తులు బంగారంగా కొనుక్కొని లారీలకు వేసుకొని పోతారు. మా పక్క ఇట్లే కదూ రైతులు సంపాదించుకొని మిద్దెలు కట్టుకున్యారని' సిగరెట్ పొగ వదుల్తా చెప్పినాడు చెన్నకేశవ. రామాంజికి తన పాత ఇల్లు గుర్తుకొచ్చింది. చిన్న వానకే కార్తా వుండాది. ఈసారి పంట మీద డబ్బు వస్తే అప్పులన్నీ తీర్చేసి పాతిల్లును కొత్తగా కట్టుకోవాలని ఎప్పటి నుంచో వుండాది. య్యాడైతాంది? సంపాదిం చిందిదే కాకుండా, అప్పులు జేసి తెచ్చిన లెక్క గూడా భూమిమీద పెట్టుబడి పెట్టనే సరిపోతాంది.

'న్నా... మా కాయలు కొనను ఢిల్లీ వ్యాపారులు రాకపోతే మా పరిస్థితి ఏం గావాల...' తలగోక్కుంటా తన సంకటాన్ని బయట పెట్టినాడు మోహనయ్య.

'అట్టేం కాదులే. వాళ్ళు వెతుక్కుంటా వస్తారు. కర్నాటక నుంచి గూడా వ్యాపారులు వస్తాంటరు. వాళ్ళు గూడా ఇదే రేటిచ్చి కొంటారు. టౌను కాన్నుంచి మనోళ్ళు వస్తే అగ్గువకు అడుగుతారు. వాళ్ళకు మాత్రం మన సరకు ఇయ్యాకండి, ఇక్కడంత సిండికెట్ అయితారు. కాయలకు ధర ఇయ్యరని'

చివరగా తనకు తెల్సిన బ్రహ్మరహస్యాన్ని కూడా చెన్నకేశవ సత్రం కాన్నుంచి ఇంటికి పోతా చెప్పినాడు. చూస్తాండగానే వానలు పడక బావులు ఎండిపోతా వచ్చినాయి. బోర్లు, యేర్లు గూడా యింకిపోతా వస్తావుండాయి. ఎండలు ముదిరినాయి. కరెంటు ఎప్పుడొస్తాదో, ఎప్పుడుపోతాదో ఎవరికీ తెలియకుండానే

వుండాది. అయినా రామాంజి ఒక అరటి చెట్టును కూడా ఎండిపోకుండా కాపాడుకుంటా వచ్చినాడు. నిద్రలేదు, ఆకలిలేదు, పంటను చూసుకొని మురిసిపోవాల. చెట్లు పైకెదుగుతా వచ్చినాయి. ఆకులు పొడవుగా పచ్చని నీడలు పడ్తా ఎదిగి విస్తరిస్తా వచ్చినాయి. సత్రం కాడ తోటకు కాపల్తా కాస్త పండుకొని వుంటే ఒక్కటే శబ్దం. గాలి తాకిడికి ఆకుల అలజడి సవ్వడి. వింటుంటే పులకింతగా వుంది. గెల దశ వచ్చేటప్పుడు చీడ ఎత్తుకొనింది. అరటిపంట వేసిన రైతులందరూ కాళ్ళో ముళ్ళు దిగినట్లు విలవిలలాడిపోయిరి. టౌనుకు పరిగెత్తుకొని పోయి అప్పుచేసి మందులు కొనుక్కొచ్చి చల్లుకున్యారు చెట్లకు.

ఇట్టాటప్పుడు గెలలు బాగా దిగాలంటే ఒక వాన కావాల. య్యాడ కురిసింది? రైతులు ఆకాశంలోకి చూపెట్టుకొని నిరాశపడిరి. గెలల దశలో చెట్లు తమకే పాపం తెలియనట్లు ముఖం పెట్టుకొని నిలబడి పోయినాయి. మందులెన్ని చల్లినా తగిలిన సుడి రోగం చెట్లకు పోలేదు. బోర్లలో నీళ్ళు రాకుండా పోతాంటే మండె ఎండలు నిప్పులు కురిపిస్తా ప్రతాపం చూపించినాయి. ఎండలకు నేల వేడెక్కి చెట్లు రంగు మార్తా వచ్చినాయి. చెట్లు గెలలు ఎందుకు వేయకుండా వుండాయో రైతులకు అర్థంకాక వ్యవసాయ అధికారులను పిల్సకచ్చి గూడా చూపిచ్చినారు. వాళ్ళు గూడా భూమి వేడికి ఇట్టా జరిగింటాదని రెండు ముక్కల్లో తేల్చేసినారు. ఒక్కో పిలకను ఎంపిక చేసుకొని దుడ్లుపోసి కొనుక్కొచ్చి నాటుకున్యా రైతులకు ఈ కతేందో ఎందుకిట్టా జరుగుతాందో బోధపడకుండాది.

గెల దశ దాటిపోయింది. లింగారెడ్డికి జ్వరమొచ్చి ఇంటికాడ పడిపోయినాడు. రామాంజి అప్పులెట్లా తీర్చాలోనని కళ్ళల్లో నీళ్ళు పెట్టుకొని సత్రంకాడ ముడ్చుక్కొని బాధపడ్తా వుండాడు.

రేత్రి పెద్దగాలి ఎత్తుకొనింది.

అరటి ఆకులు దెయ్యం పట్టిన దాన్ల లాగా ఊగినాయి.

తెల్లారి జూసుకుంటే ఆకులన్నీ పేలికల్లాగా చీలిపోయినాయి.

యింగ ఆకుల్ని అమ్ముదామనుకుంటే గూడా నోట్లో మట్టి పడినట్లు అయ్యింది.

చేసేదేం లేక రైతులందరూ అరటి పంటకు నిప్పు పెట్టుకున్నారు.

చెట్లు కాలిపోతాండయి.

ఎండకు గాలితోడై మండిపోతాండయి అట్నే అందరి కలలు గూడా దాన్లతో పాటే బూడిదైనాయి.

భూమి లోపలి గడ్డల్ని బయటికి తవ్వి తీసేందుకు కూలీలకు లెక్కగావాలా ఎవరిస్తారు అప్పు?

రేత్రి పూట రామాంజికి కలలో మండి కాలిపోతాండే అరటి తోట 'కొరివి దెయ్యాల' మాదిరి కనపడ్తా కలవరపెడ్తా వుండాది.

పైకి లేచి గట్టిగా ఏవేవో కేకలు పెడ్తా కూలబడి పోతాండడు.

***14 జూలై 2009***

# పూడు పాములు

వాన కుర్సక శెనక్కాయ ఎండి పోతాంది.

రైతుల గుండె మండిపోతాంది. బోరునీళ్ళతో పంట రోంత పచ్చంగ మొలకెత్తినకాడ చెట్లకు పురుగు పట్టింది. ఎట్లా జూసినా రైతుకు నష్టమే వస్తాంది. మిట్టమీద పల్లె దిక్కుండే బయ్యారెడ్డి గూడా ఇట్నే బాధపడ్తా వుండాడు.

పోయిన వారం బెంగుళూరు కాన్నుంచి గోపాలన్న పల్లెకొచ్చిన తర్వాత నుంచి బయ్యారెడ్డి ముఖం వెలిగిపోతా వుండాది. దిగులంతా దిగిపోయింది. ఎవరన్నా కనపడి పలకరిస్తే హుషారుపడ్తా ఉత్సాహపడ్తా మాట్లాడతాండడు.

'వాన కుర్సకపోతే మన సేతుల్లో ఏముండాది? పండితే బువ్వకింత కొస్తాది. ఎండితే ఎద్దుకు పోతాది. రైతు జన్మం ఎత్తినాంక అన్నీ భరించుకుంటాండల. పెట్టినా పైవాడే. కడుపుకొట్టినా పైవాడే. వాడి మీదనే అంతా భారం వేస్తి' అని జెప్తా పొలంకు పడమరవైపు నుండే రాళ్ళ బావికాడుండే దగ్గర అరుగుమీద కూకొని మీసాలు దువ్వుకుంటా వుండాడు బయ్యారెడ్డి. నాల్గు రోజులు గడ్సినాక బయ్యారెడ్డి, గోపాలన్న, వాళ్ళ వెనకాల తిరిగే శంకరప్ప కొండ్రెడ్డి భూమి కాడికొచ్చినారు. ఆడగూడా పాతబావి వుండాది. శంకరప్ప అక్కడుండే మెత్తమట్టి దిబ్బ దగ్గర వెతికి వెతికి పెడ్తావుండాడు. ఈ సంగతి కొండ్రెడ్డికి తెల్సింది.

'ఏందిరోయ్! నా బావికాడికొచ్చి పొద్దునా ముంచి ఆమంతన వెతికిపెడ్తాండరు. మీకేం గావాల?' అంటా ఆడికే వచ్చినాడు కొండ్రెడ్డి.

ముగ్గురు ఒకరి ముఖాలు ఒకరు జూసుకున్యారు. విషయంచెప్పాలా... వద్దా... అనివాళ్ళలో వాళ్ళు రోంతచాటుకుపోయి మాట్లాడుకున్యారు. 'న్నా...

కర్ణాటకలో కాలేజీలో చదువుతాండే మనగోపాలన్న పెద్దకొడుకు అనిల్ గాడికి ప్రాక్టికల్స్ చేయను పూడుపాము అవసరం అయిందనివీడ్ని పంపించినాడు. అందుకే వచ్చి వెతుకుతావుండాం.' అని చెప్పినాడు బయ్యారెడ్డి.

'పిల్లోడు సైన్స్ గ్రూపు తీసుకున్యాడు. వాళ్ల కాలేజీలో పూడు పాము మీద పరిశోధనలు చేస్తాండరంట. అక్కడ య్యాడదొరకుతాయి? అందుకే మన పల్లెకు వచ్చినా... ఒప్పుకుంటే బావిలో వెతుక్కోని వుంటే పట్టుకపోతాన్నా!' అని వినయంగా తన బాధ చెప్పుకున్యాడు గోపాలన్న.

'దానికేముండాదిలే... పిల్లోడి చదువుకంటే పూడు పాము నాకు ముఖ్యమా? యింగా ఏమో అనుకుంటి. ఈ బావి దగ్గర రెండు పాములుండాయి. అదో ఆ తట్టు అంకిరెడ్డి చేలో పుట్టకాడ ఒకటుంది, దిగువ శివుడి దేవళందగ్గరుండే కుంటకాడ గూడా ఇంగొకంటి చూసినట్లు గుర్తు వుండాది. పట్టుకపొండి. పని చేసుకోండి!' అని నవ్వుతా చెప్పి కొండ్రెడ్డి వెళ్ళిపోయినాడు.

రెండు రోజులు అన్ని చోట్లకి తిరిగి పల్లెలో ఎక్కడెక్కడ బావుల దగ్గర, పుట్టల దగ్గర పూడుపాములు వుండాయో దాన్లను వెతికి వెతికి పట్టుకున్యాడు బయ్యారెడ్డి.

తోటలో మోటరు కాడుండే సిమెంటు తొట్టిలో నీళ్ళు నింపి, బురద మన్ను కలిపి, చిన్న చిన్న కప్ప పిల్లలు తెచ్చి వేసి సిద్ధం చేసుకొని పెట్టుకున్న చోటికి పట్టుకున్న పూడు పాముల్ని చేర్చుకుంటా వుండారు.

తాగుబోతు వెంకట్రమణ మొన్న కనపడి' నాకు ఐదొందలు లెక్క ఇస్తే మాంచి పెద్ద పూడుపాము పెన్నానది కాల్వ దిక్కు నుంచి పట్టకచ్చి ఇస్తానని' చెప్పినాడు. అట్నేలేమని వాడికి ఐదునూర్లు ఇచ్చినాడు.

వాడు చెప్పినట్లే పూడు పాము రెండున్నర కేజీలు బరువుండేది తెచ్చిచ్చినాడు.

పని చేసుకొని వచ్చినందు ఇంగో వెయ్యి ఇయ్యాల్సిందేనని మొండి పట్టుపట్టినాడు.

తాగుబోతోడు చెప్పిన పని చెప్పినట్లు మట్టంగ చేసుకొని వస్తాడని వానికి మళ్ళా వెయ్యి ఇచ్చినారు. ఒక పాముకు పద్దైదొందలు చేతికొచ్చినాయి.

తెల్లారినాంక ఇంగొక పాము తెస్తానని వాడు ఆనందపడ్తా కాల్వ దిక్కుకు పోయినాడు.

అక్కడ కనపడిన కూలోళ్ళకు, రైతులకు పూడుపాము పట్టిస్తే ఐదునూర్లు ఇస్తానని చెప్పినాడు. వాళ్ళు గూడా ఒకరిద్దరు పట్టించి ఇచ్చినారు. ఇంగేముండాది? ఒక్కో పాము మీద వెయ్యి రూపాయలు లాభం వస్తాంది. తెల్లార్లూ ఎన్ని రోజులు పనిచేస్తే వెయ్యి రూపాయలు చేతికొస్తాయి!

ఇదొక వ్యాపారమైంది.

'ఓరే... వెంకట్రమణ... ఒక్కొక్క పాముకు నీకే పద్దైదొందలిచ్చి కొనుక్కుంటా వుండారంటే యింగ వాళ్ళకెంత లాభముండాదో రొంత ఆలోచించు, ఏమంటావ్?' అని మెల్లింగ రేత్రి మందు తాగుతా గిల్లినాడు శివన్న.

పూడు పాముల కోసం కూలోళ్ళు, రైతులు పల్లెలన్నీ జల్లెడపట్టి గాలిస్తాండరు.

కరువు కాలంలో జమ్మని మెర్సిపోతాండే కొత్త మారుతి కారు తెచ్చి ఇంటిముందు నిలబెట్టినాడు బయ్యారెడ్డి వారానికంతా.

పల్లెలోని పెద్ద రైతులు గూడా నివ్వెరపోయి సిత్రం జూస్తావుండారు.

మూడు కేజీల పూడు పామును మూడు వేల రూపాయలిచ్చి కొనుక్కున్యాట్లు ఇంగో రైతు విషయం బయటికి చెప్పినాడు. అంతే బరువుండే పూడు పామును ఏకిలంకపల్లె దగ్గర ఆరువేలిచ్చి కొనుకున్యారని ఇంగో కూలోడొచ్చి చెప్పినాడు.

బయ్యారెడ్డి వెనక తిరిగే గోపాలన్న కొత్త ఆటోలు రెండు తెచ్చి పల్లెలో బాడుగకు తిప్పుతాండడు. మట్టి మిద్దె పడగొట్టి కొత్తగా రెండంతస్తుల బిల్డింగ్ లేస్తాండడు.

పల్లెలో ఇప్పుడు అందరికళ్ళు వీళ్ళ మీదనే వుండాయి. భూమిని, పంటలను, వానలను, బోరునీళ్ళను నమ్ముకొని బతికేటోళ్ళు నెలరోజుల కంతా ఎట్లా ఇంతింత సంపాదిస్తా వుండారో ఎవరికీ దిక్కు తెలీకుండా వుండాది.

'చిన్న కప్పల్ని, పురుగుల్ని పొలం గట్ల దగ్గర తింటా పుట్టల దగ్గర, బావుల దగ్గర తిరిగే పూడుపాములు వెనక్కిపోతాయి. ముందుకూ పోతాయి. దాన్లకు రెండువైపులా తలలుంటా యని, మన్ను గూడా తింటాయని, ఎంత బరువుండే పాములు చిక్కితే అంత ఎక్కువ ధర ఇస్తామని' చుట్టుపక్క వుండే కూలోళ్ళకు, రైతులకు మనుషుల్ని పంపించి చెప్పిస్తా వుండాడు. దండోరా గూడా కొట్టిస్తా వుండాడు బయ్యారెడ్డి.

చిత్తూరు జిల్లా కలకడ కాన్నుంచి రాయచోటికి వచ్చిన వ్యాపారులు బయ్యారెడ్డి ఇచ్చేదానికంటే రెండింతలు ఎక్కువ డబ్బు ఇస్తామని పూడుపాముకు పద్దైదువేలు గూడా ఇస్తామని, మొన్ననే నలభై వేలకు రెండున్నర కేజీల పూడుపాము కొన్యామని గూడా చెప్పినారు.

ఈ పూడు పాముల్ని వేలు పోసి వీల్లెందుకు కొంటా వుండారో అర్థంకాక రైతులు తలల గోక్కున్యారు. సోమవారం రేత్రి ఇంగో సంగతి బయటపడింది. మూడు కేజీల రెండొందల గ్రాములుండే పూడు పామును పదిహేడు లక్షలకు బెంగుళూరు వ్యాపారులకు బయ్యారెడ్డి అమ్మినట్లు నమ్మకస్తుల ద్వారా రైతులకు విషయం బయటికి పొక్కింది.

గుండెలదిరిపోయినాయి. పూడు పాములకు లక్షల ధర పలకడం అనుకుంటే రైతులకు రేత్రి పూట నిద్రపట్టడంలేదు. చూస్తాండగానే కళ్ళ ముందు బయ్యారెడ్డి ఎదిగిపోయినాడు. పల్లెల్లో రైతులిప్పుడు పొలాల గురించి, వానల గురించి ఆలోచించకుండా 'పూడు పాముల' కోసం వెతుకుతాండరు. తలరాత బాగుండి ఒక పాము చిక్కినా జీవితంలోని కష్టాలు, నష్టాలూ, అప్పులన్నీ తీరిపోయినట్లేనని కలలుకంటా పాముల కోసం గాలిస్తానే వుండారు.

పూడు పాముల్ని కొనుక్కుపోయినోళ్ళు దాన్లను విదేశాల వాళ్ళకు అమ్ముకుంటా వుండారని, ఎయిడ్స్ మందుల తయారీకి దీన్లను వాడ్తాండని పల్లెలో కొందరు చెప్పుకుంటా వుండారు. దీన్లను వీర్యాభివృద్ధి కోసరం తయారు చేస్తా, వయాగ్రా లాంటి మందులకు వాడ్తావుండారని కొందరు, సంతానం పుట్టించే దానికి వాడే మందులకు వాడ్తా వుండారని ఇంకొందరు రకరకాలుగా మాట్లాడుకుంటా వుండారు. నిజమేందో ఎవరికీ తెలియదు!

నిన్నటికి నిన్న దిగువిండ్ల కాటమయ్య పెండ్లానికి బంగారు గాజులు తెచ్చిచ్చినాడు... ఔ వానికి మొన్న సేనికాడ పూడు పాము చిక్కింది.

'అప్పుడే ఏమైంది... పూడు పాము తర్వాత ఇప్పుడు తీతపు పిట్ట గుడ్ల కోసరం తిరుగుతా వుండారు నీకు తెల్దా' అని అన్యాడు కాటమయ్యగాడే ఈ దినం పొద్దున్నే కుశాలుగా భుజాలు ఎగిరేస్తా!

మళ్ళా కొత్త కత ఎత్తుకున్యట్లుగా వుండాది!

***11 ఆగస్టు 2009***

# ఎద సూదులు

నిన్న రేత్రి కాడ సర్పంచయ్య రచ్చబండ కాడ కూకొని బీడీపొగ వదుల్తా చెప్పిన మాటలు సిత్రంగా విన్యారు వూర్లో జనం.

ఎప్పుడన్నా యిట్టాటి సంగతి వినింది లేదు. ల్యాకుంటే నాటు ఆవులకు ఒంగోలు జాతి దూడలు పుట్టించేటోళ్ళు వస్తాండరని చెప్పిన కాన్నుంచి ఎప్పుడెప్పుడు వాళ్ళు వస్తారా అని రైతులు చూపెట్టుకొని వుండారు.

దిగువ ఇండ్లలోని వాళ్లు ఆ తాగుబోతు సర్పంచయ్య ఉత్తమాటలు చెప్పాండడు. ఆయప్ప మాటలు వింటే నీళ్ళుండాయాని పోతే ఉచ్చ కూడా వుండవు. అంతా మోసం. అని లోపల్లోపలే గొణుక్కున్యారు. ఇట్టాటి మాయ మాటలతోనే ఇండ్లు కట్టుకొనేందుకు లెక్క వస్తాందని జెప్పి ఒక్కొక్కరి కాడ ఐదునూర్లు గుంజిన సంగతి గూడా మతికి జేసుకున్యారు. వచ్చిన రెండ్రోజులకే స్టోరు బియ్యం అయిపోయినాయని చెప్పే సర్పంచయ్య ఇప్పుడు ఇంగో కొత్త నాటకం ఎత్తినాడని ఇండ్లల్లో వాళ్ళు అనుకున్యారు.

ఎగువ వీధిలోని రైతులు కొంతమంది సర్పంచయ్య కాడ కూకొని 'ఎద సూదుల' సంగతి ఎత్తిడ్సినారు. ఆయప్ప ఔనన్యట్లు తలాడించినాడు. యింగైతే కాలయాపన యేంటికి వాళ్ళను పిల్సకరమ్మని అడిగినారు. 'మీరడిగేది బాగుండాది దుడ్లు యియ్యకుంటే వూరికినే వాళ్ళు యేంటికి వస్తారు. తలా యింత లెక్క తెచ్చియ్యండి రెండ్రోజుల్లో ఎదసూదులు వేసేటోళ్ళను టౌనుకుపోయి మాట్లాడుకొని పిల్సకస్తా' అని కాళ్ళు అల్లాడించుకుంటా చెప్పినాడు. రైతులు ఒకరి ముఖాలు ఒకరు చూసుకున్యారు. మాట్లాడుకున్యారు.

గేదెలుండేటోళ్ళు, ఆవులుండే టోళ్ళు ఒక్కొక్కరు మూడునూర్లు వంతున వసూలు జేసి లెక్కంతా సర్పంచయ్యకు పొయి యిచ్చొచ్చినారు. ఆయప్ప లెక్క తీసుకున్యాడేగానీ టౌనుకు కదల్లేదు. దిన్నం మూడు పూటలా నాటుకోడి మాంసం, మందు తాగడం, తోటలో పేకాడుకుంటా, మోటార్ షెడ్‌లో రంకు జేసుకుంటానే వుండాడు. రెండ్రోజులు జూసినాంక రైతులకు మండింది. నిలదీసి దావలోనే అడిగినారు. ఆయప్ప చిక్కెంగా నవ్వినాడు. 'మీ సంగతే పొద్దున గూడా ఆఫీసర్లతో మాట్లాడినా ఈ వారం వాళ్ళకేదో పనివుండాదని రావడం కుదరదని జెప్పినారు. మళ్ళా వచ్చే సోమారం మన పల్లెకొస్తాండరు. మీరేం దిగులు జేయాకండి. నేనే టౌనుకు పోయి మాట్లాడుకొని వస్తా'నన్నాడు. సోమారం దాక ఓపిక పట్టి వాళ్ళు పల్లెకు రాకుంటే సర్పంచయ్య పని పట్టాలని రైతులు నిర్ణయించుకొని ఆయప్పను విడ్సి పెట్టినారు.

మధ్యాహ్నానికి దిగువ ఇండ్లకాడ గూడా దండోరా మోగింది. ఎవరైనా గేదెలకు, ఆవులకు ఎదసూదులు వేయించుకోవాలనుకున్య వాళ్ళు మూడునూర్లు రచ్చబండ కాడ కట్టి పేర్లు రాయించుకోవాలని పలక కొట్టించినారు. నమ్మినోళ్ళు మూడునూర్లు కట్టి పేర్లు రాయించుకొని పోయినారు. నమ్మనోళ్ళు తిట్టుకుంటా వున్యారు. సర్పంచయ్య రెండ్రోజులు టౌను దిక్కుకు తిరిగినాడు. సోమారం తెల్లారినాంక తెల్లవ్యాను పల్లెలోకి వచ్చింది. సర్పంచయ్య వాళ్ళను ఇంటికి పిల్సకపోయి మాట్లాడుకున్యాడు. ఒక ఎత్తుటి మనిషి చేతిలోకి మైకు తీసుకొని రచ్చబండ పైకెక్కి చెప్పడం మొదలుపెట్టినాడు.

"మేము ఎద సూదులు వేసేదానికి వచ్చి వుండాం. సంకరజాతి దూడలు పుట్టిస్తాం. మేలు జాతి అబోతులు, కోడెల నుండి సేకరించిన వీర్యాన్ని తీసుకొచ్చినాం. ఎదకు వచ్చిన నాటు గేదెలకు ముర్రజాతి ఆబోతుల వీర్యం, నాటు ఆవులకు ఒంగోలుజాతి వీర్యం సూది మందుల ద్వారా ఎక్కిస్తాం" అని ప్రకటించేసరికి రైతులు, దిగువ ఇండ్లలోని జనం ఎంతగానో సంబరపడినారు. గుంజెలకు కట్టేసిన గేదెలను, ఆవులను తోలుకొని రచ్చబండ కాడికి వస్తావుండారు. ఇంతలో ఇంగో లావుటి మనిషి మైక్ తీసుకొని ఏదో చెప్పబోయాడు. సర్పంచయ్య

అడ్డుకొని చెవులో ఏదో చెప్పినాడు. లావుటి మనిషి తలాడించినాడు. "ఇంగో ముఖ్య విషయం ఒక్కక్క ఎద సూదికి రెండు నూర్లు ఖర్చు అయితాది. అది కడితేనే సూది వేసేది" అని తేల్చి చెప్పినాడు. జనానికి ఏం అర్థం కాలేదు. మొన్న సర్పంచయ్యకు ఇచ్చిన మూడు నూర్ల సంగతి చెప్పినారు. మళ్ళా ఇప్పుడు ఇంగా రెండు నూర్లు కావాలంటే య్యాడన్నుంచి తెచ్చియ్యాలని మండిపడినారు. సర్పంచయ్య ఆ మధ్యలాల ల్యాకుండా తోట దిక్కుకుపోయినాడు... పని వుండాదని జెప్పి! రైతులు పోయి మళ్ళా వెనక్కి పిల్సకచ్చినారు కొట్లాడతా.

నా సేతిలో ఏమీ లేదు. మీరిచ్చిన లెక్కతో నేను టౌన్లో వుండి వీళ్ళను పిల్సకచ్చేందుకు, మందుకు, మాంసానికి ఖర్చయిపోయింది. యింతా పోయింది. యింగ రెండు నూర్లు ఏమైతాది? పోయి పనిజరిగే మార్గం చూస్కోళ్ళి, పశువులకు ఎదసూదులు వేయిచ్చుకోళ్ళి...' అని మొరపెట్టుకున్యాడు సర్పంచయ్య అలవాటుగా! 'ఛా... ఇట్టాటోడిని నమ్ముకున్యందుకు మనల్ని మనం కొట్టుకోవాల' అని తిట్టుకుంటా రైతులు రచ్చబండ కాడికి పోయినారు.

తెల్లవ్యాను మర్రి చెట్టుకాడ నీడలో నిలబెట్టినారు. గర్భధారణ సూదులు తీసి పెట్టుకొని చూస్తావుండారు. చేసేదేం లేక రైతులు రెండు నూర్లు ఇచ్చి 'ఎదసూదులు' పశువులకు పొడిపించను సిద్ధపడినారు. సెమన్ బ్యాంకు నుంచి సేకరించిన వీర్యంను పశువులకు ఎక్కిస్తా వుండారు.

ఎదకు వచ్చిన నాట గేదెలకు ముర్రాజాతి ఆబోతుల వీర్యాన్ని, నాటు ఆవులకు ఒంగోలు జాతి వీర్యం సూది మందుల ద్వారా ఎక్కిస్తా, రెండు నూర్లు వసూలు చేసుకున్యారు. ఎవరెవరు, ఏఏ పశువులకు ఎద సూదులు వేయించుకునేది కాయితాల్లో రాసుకొని ఆడ్నే కంప్యూటర్లోకి గూడా ఎక్కించుకున్యారు. మధ్యాహ్నానికి రైతుల పశువులన్నీ పూర్తి అయినాయి. దేవళం బడిలో ఆఫీసర్లకు అన్ని ఏర్పాట్లు చేసినాడు సర్పంచయ్య. కడుపు నిండాకు తినొచ్చిన తర్వాత దిగువ ఇండ్లలోని పశువులకు 'ఎదసూదులు' పొడ్సినారు. సాయంత్రానికి పని పూర్తయ్యింది.

వసూలైన లెక్క సంగతి లోగ ఇంట్లోకి పిల్సకపోయి వాటాలు మాట్లాడినాడు సర్పంచయ్య. సగం సగం అనుకున్నట్లు పంచుకొని వాళ్ళు తెల్లవ్యాను కదిలించినారు. సంకరజాతి దూడల సంతతికి వసూలుచేసిన ఐదునూర్ల లెక్క సంగతి గురించి పల్లెలో ఇప్పుడెవరూ మాట్లాడుకోవడం లేదు. రోజులు గుడుస్తా వున్నాయి.

అదో మొన్న సంక్రాంతి సెలవలకు హైద్రాబాదు కాన్నుంచి పెంచలయ్య పెద్ద కొడుకు పల్లె కొచ్చినపుడు అసలు సంగతి బయటికి వచ్చింది. వాడు పని జేస్తా వుండేది పశు సంవర్థక శాఖలోనే. మళ్ళీ పయనమై పోతాండేటప్పుడు రెండు మాటలు చెప్పినాడు. "ప్రభుత్వమే పశుసంవర్థకశాఖ నిబంధనల ప్రకారం పశువైద్యశాలల్లో ఎదసూదులు వేస్తే ఇరవై రూపాయలు, అదే గోపాల మిత్రలు ఇళ్ళ వద్దకు పోయి సూదులేస్తే ఒక్కో సూదికి యాభై రూపాయలు మాత్రమే తీసుకుంటారని" చెప్పిపోయినాడు.

***17 ఫిబ్రవరి 2009***

# య్యాడన్నా పని జూపి సామీ!

సిమెంటు కంపెనీలో ఉద్యోగాలు వుండాయి ఎవరైనా మనోళ్ళు ఖాళీగా వుంటే చెప్పండి.

పదో తరగతి ఫెయిలైనోళ్ళు గూడా చేరవచ్చు. మంచి జీతం. వుండేదానికి గది, తినే దానికి మెస్ అన్నీ వాళ్ళే చూసుకుంటారు.

రెండు జతలు బట్టలు, బూట్లు పండగలప్పుడు ఎక్కువ బోనస్ ఇస్తారు. ప్రతి నెలా ఒకటో తారీఖు నాలుగు వేల జీతం. వాళ్ళకు బ్యాంకు అకౌంటు కూడా కంపెనీవాళ్ళే ఇప్పిస్తారు. ఏడొందలు మంది సెక్యూరిటీ గార్డుల ఉద్యోగాలకు కావాలి. మీకు తెల్సినోళ్ళకు చెప్పండి. కాకపోతే ముందు సెక్యూరిటీ డిపాజిట్‌గా మూడు వేలు కట్టాలి. ఆరునెళ్ళ తర్వాత మళ్ళీ దాన్ని వెనక్కి ఇచ్చేస్తారు.' అని పల్లెలోకి స్కూటరేసుకొని వచ్చిన కంటెద్దాల ఆంజనేయులు బానకడుపు తడుముకుంటా చెప్పినాడు. పల్లెలోని వెంట్రాముడు, శీనయ్యలిద్దరూ ఆంజనేయులకు దగ్గరి చుట్టరికం. రాముడి దేవళం కాడ్నే కూకొని వుండే తిరుమలయ్య, రాజన్న తాత గూడా ఈ మాటలు విన్నారు. ఆంజనేయుల్ని చూస్తాంటే దేవుడే కళ్ళ ముందర ప్రత్యక్షమై వరాలు కురిపిస్తాండేటట్లుగా వుంది.

'న్నా... నీకు పుణ్యం వుండాదిగానీ మా అల్లుడు ఇంటర్ వరకు చదువుకొని ఫెయిలై ఇంటికాడ్నే వుంటావుండాడు. వాడ్ని నువ్వే య్యాడన్నా పనిలో పెట్టాల యింగ నిన్నే నమ్ముకొని వుండానని' - వెంటనే ఎత్తుకున్యాడు తన బాధ శీనయ్య.

'ఔ...న్నా... నీకు తెలియంది ఏముంది? నా కొడుకు కుమార్‌గాడు ఇంటర్ గూడా పాసై ఇంటికాడ్నే వుండాడు. పై చదువులు చదివించేకి నా దగ్గర లెక్క య్యాడుండాది? వాడికి నువ్వే ఒక దారి చూపించాల. ఉద్యోగం వచ్చేస్తే పెండ్లి గూడా ఈ సంవత్సరమే పెట్టుకుంటా...' అని మాట కలిపినాడు బీడీ పొగ వదుల్తా తిరుమలయ్య. జేబులోంచి పెద్ద సిగరెట్ తీసి వెలిగించినాడు ఆంజనేయులు తలాడిస్తా.

'అందరూ మనోళ్ళేన్నా... అందరూ బాగుపడాల. పది ఫెయిలైతే సెక్యూరిటీగార్డు ఉద్యోగం వస్తాది. ఇంటర్ పాసైంటే సూపర్‌వైజర్ ఉద్యోగాలుండాయి. నెలకు ఎనిమిది వేల కాడికి జీతమిస్తారు. ప్లాంట్‌లో తిరగను స్కూటర్ గూడా ఇప్పిస్తా' అని చెప్పినాడు గాల్లోకి రింగులు రింగులు పొగవదుల్తా ఆంజనేయులు.

'అబ్బీ... నా మనమడు శరత్‌గాడు నీకు తెల్దు. వాడు డిగ్రీ ఫస్ట్ క్లాసులో ఐపోజేసినాడు. వాడికి పెద్ద ఉద్యోగం నువ్వే చూడాల. వాళ్ళ నాయనతో జెప్పి నీకు పదివేల కాడికైనా నేనిప్పిస్తా.' అని దగ్గరికొచ్చి చెప్పినాడు రాజన్న తాత.

'మేము పిల్లప్పుడి న్నుంచి నిన్ను చూస్తా వుండాం. శరత్ మా కెందుకు తెల్దు. నీ మనవడు కదూ! సర్టిఫికెట్లు తీసుకొని, లెక్క తీసుకొని టౌన్లో నన్ను కల్సమని జెప్పు. యింగ అన్నీ నేనే జూస్కుంటా'నని ధైర్యం చెప్పినాడు నమ్మకంగా ఆంజనేయులు.

అందరికీ తన సెల్‌ఫోన్ నంబరు, టౌనోల తనుంటాండే లాడ్జీ రూం నెంబరు జెప్పి అన్నుంచి ఎగువ పల్లెదిక్కు పోయినాడు ఆంజనేయులు. వారం రోజులు గడిచేసరికి టౌనుచుట్టు పక్క వుండే నూటా ఆరు పల్లెల్లోకి ఈ ఉద్యోగాల సంగతి అల్లకపోయింది.

సర్టిఫికెట్ల జిరాక్స్ కాపీలు, మూడు వేలు లెక్క తీసుకొని ఆంజనేయులికి ఫోన్ కొడ్తా వుండారు. లాడ్జీలోకి పోయి యిచ్చి వస్తాండరు. ఇచ్చినోళ్ళ పేర్లు రాసుకొని నెల రోజులకంతా అపాయ్‌మెంట్ ఆర్డర్లు ఇంటికే వచ్చేస్తాయని చెప్పినాడు.

కడప, అనంతపురం జిల్లాల్లో కొత్తగా సిమెంట్ ఫ్యాక్టరీలు పెడ్తాండేటట్లు పేపర్లో గూడా వేసినారు. సున్నంరాయి ఎక్కువగా దొరికే ప్రాంతాల్లో సిమెంట్ ఫ్యాక్టరీలను, ఉక్కు ఫ్యాక్టరీలను ఏర్పాటు చేస్తాండేటట్లు దానికి సంబంధించి ప్రభుత్వం కూడా అనుమతి మంజూరు చేసినట్లు వచ్చిన వార్తల్ని చూసి నోళ్ళందరూ ఎట్లైయినా గానీ ఆంజనేయుల్ని పట్టుకొని 'యువనేత' కాడికి పోయి ఫ్యాక్టరీల్లో ఉద్యోగాలు వేయించుకోవాలని ప్రయత్నాలు చేస్తాండరు. ఆ పని మీదనే తిరుగుతాండరు.

సిమెంటు ఫ్యాక్టరీలు వస్తాండేది నిజమేనని జనానికి అర్థమయ్యేసరికే ఆంజనేయులు ఊపిరాడనంతగా మారిపోయినాడు. లాడ్జీలో అభ్యర్థులు ఇచ్చిన జిరాక్స్ అప్లికేషన్లు గుట్టలు గుట్టగా పేరకపోయి సంచులకు కట్టి పెట్టుండారు. ప్లాంట్‌లో ఉద్యోగాల కోసం బయటి రాష్ట్రాల నుంచి గూడ ఇంజనీర్లు ఆంజనేయుల్ని కల్సి డబ్బు ఖర్చు పెట్టుకుంటాండరు.

యురేనియం ప్రాజెక్టు పని ఒకటి, సైన్స్‌సిటీ పని యింకొకటి గూడా ఇప్పుడు దీంట్లోనే కొత్తగా వచ్చి చేరినాయి. ఈ సంగతి కనుక్కున్య అభ్యర్థులు రెండు, మూడు ఉద్యోగాల్లో ఏదైనా సరే చూడమని చెప్పి మళ్ళా అప్లికేషన్లు ఇచ్చి మూడు వేలు కట్టి పేర్లు రాయించుకొని పోతాండరు. య్యాదొచ్చినా మేలని.

అమెరికాలో సాఫ్ట్‌వేర్ ఉద్యోగం పోగొట్టుకొని రెండు నెలల క్రితం ఊరికొచ్చేసిన అంకిరెడ్డి చిన్నల్లుడు అనిల్ గూడా సిమెంట్ ఫ్యాక్టరీలో కంప్యూటర్ సెక్షన్ ఇన్‌చార్జి ఉద్యోగానికి ఐదు లక్షలు కట్టినాడు ఆంజనేయులుకు. ఇట్నే ఇంగో పన్నెండు మంది అదే ఉద్యోగానికి లెక్కలిచ్చినారు ఒకరికి తెలియకుండా ఇంగొకరు. చూస్తాండగానే కొన్ని వందలమంది నుంచి ఆంజనేయులు వేలకువేలు వసూలు చేసినాడు. లక్షలు చేతిలోపెట్టుకొని సిమెంటు ఫ్యాక్టరీల హెడ్ ఆఫీసులుండే ఢిల్లీకి పోయినాడు మాట్లాడుకొని వస్తా అని చెప్పి. వారం దాటింది. చూస్తాండగానే నెలదాటింది. ఫోన్ పని చేయడంలేదు. ఆంజనేయులతో

కలిసిమెలిసి తిరిగినోళ్ళందరూ ఒక్కొక్కరు కనపడకుండా పోతాండరు. ఇంగో నెలగూడా ఇట్నే గడ్చిపోయింది. లాడ్జీలోని కాయితాలన్నీ లాడ్జీ వాళ్ళు బయటికేసి అగ్గిపెట్టినారు.

అభ్యర్థులు పోలీసు స్టేషన్‌కు పోయినారు. తీరా చూస్తే కానిస్టేబుళ్ళ కొడుకులు కూడా ఆ డబ్బులిచ్చిన జాబితాలో వుండారని తేలింది. ఆంజనేయులు కోసం వెతుకుతానే వుండారు అందరూ!

ఇది ఇట్లా వుండగానే సిమెంటు ఫ్యాక్టరీల పని మొదలైంది. వరి పండే పొలాలను ఫ్యాక్టరీ కోసం 'నష్టపరిహారం' చెల్లించి తీసుకున్నారు.

ఫ్యాక్టరీలో పనులు చేసే కూలోళ్ళను బీహార్ కాన్నుంచి లారీల్లో తెచ్చుకుంటా వుండారు. కలకత్తా నుంచి ప్లాంట్ ఇంజనీర్స్ వచ్చినారు. చెన్నై నుంచి కొందరు, కర్నాటక నుంచి ఇంకొందరు వర్కర్స్ వచ్చినారు.

ప్లాంట్‌లో ఉత్పత్తి కూడా జరుగుతాంది.

మనోళ్ళందరూ కూలబడి లబో దిబో మంటా గగ్గోలుపెట్తా వుండారు!

***9 జూన్ 2009***

# పడమటి పల్లెలు

సగం పల్లె ఖాళీ అయ్యింది.

మిగతా సగం జనం మూటా, ముల్లె సర్దుకొని ఏదో ఒక దిక్కుకు పోవాలని ప్రయాణం అయితా వుండారు.

సంక్రాంతి పండగ జరుపుకొని పోవాలని యిన్ని రోజులైనా నిలబడినారు గానీ లేకుంటే పదైదు రోజుల కిందటే రైలుబండి ఎక్కేటోళ్ళు.

ఆరేకల్లు నుంచి పోయిన నెల గుంటూరు పోయిన రోశిరెడ్డి మొన్న ఫోన్ చేసినాడు.

'ఒరే... వెంకటప్ప! నువ్వూ, మన పల్లెలోని మనోళ్ళందరూ గుంటూరు రైలు ఎక్కివచ్చేయళ్ళి. ఈడ మిరపతోటల్లో చేసుకునేంత పనుండాది. రోజుకు ఎనభై కాడికి చేతికిస్తాండరు. తొంభై రూపాయలు గూడా ఇచ్చేటోళ్లుండారు. చిన్న పిల్లోళ్ళకు కూడా, ఆడోళ్ళకు కూడా ఇట్లనే కూలిరేట్లు ఇస్తాండరు. సంకురేత్రి పండగ దాటినాంక రైలు ఎక్కండి. వచ్చేయళ్ళి' అని చెప్పిన మాటలు చుట్టపక్క పల్లెలోళ్ళకు కూడా గాల్లోనే ప్రతిధ్వనిస్తా వినపడినాయి. ఎమ్మిగనూరు మండలంలోని కడివెళ్ళ, కందనాతి, నాగలాపురం, దైవందిన్నె గ్రామాల వాళ్ళకు కూడా ఇలాంటి ఫోన్లు ఎన్నో వచ్చినాయి. చూస్తాండగానే సగంపల్లెలు ఖాళీ అయినాయి.

ఇట్లా పడమటి పల్లెల నుంచి పదివేల మంది గుంటూరు రైలు ఎక్కి ఇప్పటికే వెళ్ళిపోయినారు. గుంటూరు జిల్లాలోని సత్తెనపల్లి, పెదకూరపాడు మండలాలకు చేరుకొని మిరపతోటల్లో పనికిచేరిపోయినారు. ఈ కూలీల

కుటుంబాల్లో చదువులు మధ్యలోనే మానేసి తల్లిదండ్రులతో పాటుగా పనుల్లోకి దిగిన పిల్లలు రెండువేల మందికి పైగానే వుండారు. వీరి గురించి విద్యాశాఖ ఆలోచించదు! సర్వశిక్షా అభియాన్ ఏలాంటి ఆసరా ఇవ్వదు. 'పెద్దలు పనికి, పిల్లలు బడికి' అనే నినాదాన్ని గోడల మీద రాయడం వరకే వారి పని. ఆ తర్వాత 'కమీషన్ల' గురించి ఆలోచిస్తారంతే!

చెబితే నమ్మరు. మీ గుండెను దోసిట్లో పెట్టుకొని కొంత ప్రేమ, మరికొంత జాలి, ఇంకొంత సానుభూతితో ఇదో ఇట్లా పల్లె దారెంబడి నడ్సుకుంటా ఆదోని రైల్వేస్టేషన్‌కొచ్చి చూస్తే వలసపోతున్న కూలీల గుంపులు మీకు కన్పిస్తాయి. యింకా నమ్మకం కలగకపోతే కోసిగి, తుగ్గలి, డోన్ రైల్వేస్టేషన్లలో ఎక్కడ చూసినా అగుపిస్తారు. బతకలేనితనం కరువుసీమలో వలసబాట పట్టిస్తాంది.

కర్నూలు పడమటి పల్లెలు కన్నీళ్ళు కళ్ళ నిండా నింపుకొని, వున్న వూరిని వదిలేసి కడుపు చేతపట్టుకొని దిక్కుదిక్కుల్ని వెతుక్కుంటా సాగిపోతున్నాయి. పనికి ఆహార పథకం, వంద రోజుల ఉపాధి హామీ పథకాలు ఏవీ ఆచరణలో సాకారం కావడం లేదనడానికి ఈ కష్టజీవులే సాక్ష్యాలు.

ఆదోని మండలంలోని వెట్టేకల్లు, ఆరేకల్లు, నాగలాపురం, కపటి గ్రామాల్లోని రైతులు భూమి తల్లిని నమ్ముకొని మోసపోయినారు. కబళించిన కరువుకు పచ్చని చిగురు కూడా ప్రాణాలు విడ్చి మాడిమసైపోయిన తర్వాత ఏ రైతు అయినా చివరాఖరికి ఏం చేస్తాడు? చినుకురాల్చని ఆకాశాన్ని తిట్టుకుంటా స్వేదం ఎంత చిందించినా అచ్చిరాని సేద్యాన్ని శాపనర్థాలు పెడ్తా కాడిమానును మూలనపడేసి ఎద్దుల్ని సంతలో అమ్మేసి గుండెల నిండా దుఖ్ఖాన్ని నింపుకొని రైలుకోసం నిరీక్షిస్తూ కూర్చుని వుండే దృశ్యం ఇప్పుడు మన ముందుంది. సాయంత్రం గుంటూరు వెళ్ళే రైలు ఎప్పుడెప్పుడు వస్తుందా అని వలసకూలీలు ఎదురు చూస్తాండరు. కర్నూలు నుంచి గుంటూరు వెళ్తేచాలు ఇక్కడికంటే మెరుగైన బతుక చేతికందుతుందని, కనీసం రెండు పూటలైనా తిండి దొరుకుతాందనే నమ్మకం.

కొలాయి తిప్పి నీళ్ళు తాగొచ్చినాడు యాభై ఏళ్ళ ఎర్రిస్వామి.

కడుపులో నకనక. బలంలేని కాళ్ళు కీళ్ళనొప్పులతో పెరుకుతాండయి.

రైల్వే స్టేషన్లోని సిమెంటు బెంచిపైన కూలబడినాడు.

దీనెమ్మ బతుకు!

రైళ్ళు వస్తాండయి. పోతాండయి.

రైలు కిటికీలోంచి ఎవరో సగం తిని బయటికి విసిరేసినారు. బిరబిరా పోయి దాన్ని తెచ్చుకొని తినాలని వుంది. కానీ తనతోపాటూ పల్లెకాన్నుంచి వస్తాండే నర్సిరెడ్డి, పెంచలయ్య... అందరూ వుండారు. బాగుండదు. పేగుల కొసలకు అగ్గి పెట్టినట్లుండాంది.

సరిగ్గా రెండు నెలల కిందట ముంచుకొచ్చిన వరద బీభత్సం అందరి జీవితాల్ని అతలాకుతలం చేసి ఇలా వలసకు తరిమేస్తాంది. నెట్టేకల్లుకు చెందిన ఎర్రిస్వామి తలకొట్టుకుంటూ ఇట్లాగే రైలు ఎక్కినాడు. ఆరేకల్లుకు చెందిన నర్సిరెడ్డి గంజితాగి రెండ్రోజులు అయితాంది. స్టేషన్లో నీళ్ళు తాగి పడిపోయి వుండాడు. కదిలిస్తే ఒక్కొక్కరిది ఒక్కో కన్నీటి కరువు కత.

కరువు పల్లెల వైపు కన్నెత్తి కూడా చూడడానికి అధికారులకు దయకల్గడం లేదు. తల్లివేరును వదిలేసి దీనంగా, హీనంగా వెళ్తున్న కష్టజీవుల వలసల్ని ఆపాలనే అభయహస్తం ఇప్పుడేదీ ఇక్కడ లేదు.

నెలరోజుల్నించి కర్నూలు జిల్లా నుంచి వేల సంఖ్యలో కూలీలు వలస పోతాండే సంగతి అధికారులందరికీ తెల్సినా తెలియని నెంబర్రాళ్ళలాగే చూస్తుంటారు. కూడు కరువై, వలస దిక్కై కరువు పల్లెలు ఖాళీకావడం కంటే విషాదం యింకేం వుంటాది?

అదిగో రైలు కూత విన్పిస్తోంది. ఎవరైనా ఏదైనా చేసి పుణ్యం కట్టుకోండి!

***26 జనవరి 2010***

# ఎండ అగ్గి కురుస్తాంది

పల్లెలో నీళ్ళు చుక్కల్యాకుండా పోయినాయి.

బడికాడి బోరింగు అర్ధగంటసేపు కొడితేగానీ రెండు చెంబుల నీళ్ళు రావడంలేదు.

కట్టకు దిగదాల రామిరెడ్డి భూమిలోని చీనీ చెట్లు ఆకులన్నీ రాలి ఎండివుండాయి.

ఈ ఎండసెగకు ముసిలోళ్ళు, పసిపిల్లోళ్ళకైతే సలసలకాగే నూనెలో వేసి బయటికి తీస్తాండేటట్లు వుండాది. సుబ్బన్నగాడి కొట్టంకు ఆనుకొని వుండే చింతచెట్టు నీడలో ఎప్పుడూ నులక మంచం మీద దగ్గుకుంటావుండే ఓబయ్య నాయన రెండ్రోజుల కిందటే వడదెబ్బ తగిలి సచ్చిపోయినాడు.

ఎండలు యింతల్యాకుంటే ఆ ముసిలోడు ఇంగో నాల్గునెలలైనా బాగా తిల్లాడిండు. కాలం దాటి పోయింది. కాటిదావ జూస్కున్యాడు. ఇండ్లల్లో పాలుతాగే చంటిపిల్లోళ్ళ పరిస్థితిగూడా తనకలాటగానే వుండాది. పల్లెలో నీళ్ళకు కరువొచ్చిందని ఇప్పటికి రెండుసార్లు కాయితాల రాసుకొనిపోయి టౌన్లో ఆఫీసర్లకు ఇచ్చొచ్చినారు. వాళ్ళు వచ్చిందిలేదు. చూసిందీలేదు. ఎవరికి కాబడతాంది? కొత్త గవర్నమెంటు ఏం జెబితే అది చేయాల్సిందేగానీ మేం సొంతంగా ఏం చెయ్యలేమన్యట్లు అధికార్లు జీవిస్తావుండారు. ఆఫీసుల చుట్టూ తిరుగుతాండే టోళ్ళు యిచ్చిన అర్జీ కాయితాలతో టేబుళ్ళు నిండుతాండయేగానీ పనులేం జరగడంలేదు. తాగను నీళ్ళు ల్యాకుంటే రాళ్ళ గుట్ట దిక్కుండే కుంటకాడికి పోయి నీళ్ళను బిందెలతో మోసుకచ్చుకున్యారు దిగువిండ్లలోని వాళ్ళు, ఒక

రోజుకంత పరిస్థితి తలకిందులై పోయింది. జ్వరాలు, వాంతులూ నీళ్ళు తాగినోళ్ళందరూ పెద్దాసుపత్రిలో చేరినారు. కుంటలో నీళ్ళతో ఇంతకు ముందు రైతులు పశువుల్ని తోలకపోయి కడుక్కుంటా వుండిరి. కొండకు మేకలు, గొర్రెలు తోలకపోయి నోళ్ళు దాన్లకు నీళ్ళు తాపుకుంటా వుండిరి. అట్టాటి కుంటనీళ్ళు కూడా మోసకచ్చుకొని తాగాల్సిన పరిస్థితి వచ్చి పడింది. ఇంగేంజేస్తారు. జ్వరాలెత్తుకొని పెద్దాసుపత్రిలో చేరినారు. పేపరోళ్ళు వచ్చి ఫోటోలు తీసుకుపోయి పెద్ద పెద్ద అక్షరాలతో రాసినారు. ఎంత రాస్తే ఏమైతాది? ఒక్క ఆఫీసరు గూడా వీళ్ళను పట్టించుకునే పాపాన పోలేదు. రాజకీయ పార్టీలోళ్ళు గూడా గెల్సిన ఆనందంలో సంబరాల పనిలో మునిగిపోయి వుండారు. నిన్న రాత్రికూడ ఎగువ పల్లెలో రచ్చబండ దగ్గర పంచాయితీ జరిగింది.

'ఔ...రా... దిగువ ఇండ్లలో మీకు నీళ్ళు ల్యాకుంటే మేమేం జెయ్యాల? ఇండ్లు ఖాళీ చేసి మీకు దిక్కుండే చోటికిపొండి. మా పొలాల్లోని నీళ్ళు మీకు కావాలని ఆఫీసర్లకు కాయితాలు రాసిస్తావుండారంటనే... ఇదేందిది? అని మాజీ సర్పంచయ్య మండిపడినాడు.

'గవర్నమెంటు వాళ్ళు చెప్పకేం? ఎన్నైయినా చెప్తారు. నీళ్ళు మీకిమ్మంటే ఇచ్చేకికాదు. వాళ్ళు చట్టం, గిట్టం అనీ, పోలీసోళ్ళు అనీ పంచాయితీ పెడ్తే బాగుండదు చూడండి ముందే చెప్తాండ!' అని గదరుకున్యాడు ఎగువ భూమి పెద్దాయన.

'సరేలేన్నా... భూముల్లోని బోర్లలో గూడా నీళ్ళు యాడొస్తాండయి. ఆ దిక్కుమాలిన కరెంటు య్యాడుంటావుండాది. వీళ్ళు ఆ కుంటలోని నీళ్ళు తాగిపోయి యింత రచ్చచేసినారు. ల్యాకుంటే మన పల్లెగురించి మాట్లాడేటోడు ఎవరుండారు? పట్టించుకునేటోడు ఎవరు?' కోపంతో సిగరెట్ ముట్టించి గాల్లోకి పొగవదుల్తా అన్యాడు కౌన్సిలర్ తమ్ముడు. దిగువ ఇండ్లలోని వాళ్లు పంచాయితీలో నోరు మెదపకుండా తలొంచుకొని కూర్చొనివుండారు. 'రాముడి గుడికి ఆనుకొనివుండే పాతరాళ్ళ బావిలోని నీళ్ళు అయినా తాగను దిన్నం తీసకపోతాం సామీ...' రోంతసేపటికి నోరువిప్పి అడిగినాడు శివన్న.

'అదేరా... నాయనా! మీకు మొదటికాన్నుంచి చెప్తాండేది. వూళ్ళో నీళ్ళు య్యాడుండాయి? ఆ పాతరాళ్ళ బావిలో గూడా నీళ్ళు య్యాడ్నో రోన్ని అడుగున వుండాయి. మీకిచ్చేకిగాదు'. ముందుగానే జవాబు ఆలోచించి పెట్టుకున్యవాడితిన్న చెప్పినాడు పెద్దాయన.

'అందరం అట్నే అంటే యింగవాళ్ళు య్యాడికి పోయి బతుక్కుంటారు? ఏందో ఒకటి మనమే దారిచూపియ్యాల... పాపం'! అన్యాడు ఆకు వక్క నములా కట్ట మీద కూర్చొని వుండే ముసిలోడు.

'అయితే ఒకపని చెయ్యండిరా... మీ ఇండ్లలో నీళ్ళు లేవు కాబట్టి మీరందరూ పల్లెయిడ్సి కట్టకు అవతలుండే చెరువు పల్లెలో చేరండి. అక్కడ ఈ ఎండాకాలం వరకు సరిపోయే నీళ్ళుండాయి. పాత ఇండ్లు గూడా కొన్ని ఖాళీగానే వుండాయి. పోయి దాన్లలో చేరుకోళ్ళి. సల్ల పొద్దునే వచ్చి పొలాల్లో పనిచేసుకోండి. పోతావుండండి. చెప్పింది అర్థమైతా వుండాదా?' చెప్పినాడు కళ్ళుపైకి ఎగిరేస్తా సర్పంచయ్య.

'ఆ... పంచాయితీ అయిపోయింది. అన్న సర్పంచయ్య మంచిమార్గం చూపించినాడు. యింగ ఎండకాలం అయిపోయే వరకు పల్లె యిడ్సండి. దీన్ని మళ్ళా రాద్ధాంతం, రచ్చ చేయాకండి. ఆఫీసర్లకు, పేపరోళ్ళకు చెప్పాకండి. మమ్మల్ని ఏదో విలన్లతిన్నా వాళ్ళు చూస్తారు...' చెప్పినాడు హెచ్చరికగా కౌన్సిలర్ తమ్ముడు.

పంచాయితీలోంచి శివన్నతో పాటూ కూర్చున్న దిగువ ఇండ్లలోని వాళ్ళందరూ తలాడిస్తా పైకిలేచినారు. చెరువుపల్లె దిక్కు యింతకు ముందు పాతవూరు వుంది. అప్పుడెప్పుడో పదేళ్ళకు ముందే వూరికేదో అరిష్టం తగులుకుందని కొందరు, దెయ్యాలుండాయని ఇంకొందరు, అగ్రారం దిక్కు గవర్నమెంటు స్థలాలిచ్చి ఇండ్లు కట్టిస్తావుండాదని ఇంకొందరు రకరకాలుగా పాతవూరు ఖాళీ చేసిపోయినారు. చెరువుకు ఆనుకొని ఇప్పుడాడ నీళ్ళు ఇంగా వుండాయి. కాకపోతే చీకి చెట్లు య్యాడ జూసినా మొల్చుకొచ్చి వుండాయి. దాన్లను నరుక్కొని శుద్ధి చేసుకొని సంసారాలు చేయాలంటే కష్టమైన పని.

నీళ్ళకోసం యింగ ఎవరేం జేస్తారు? అందులోనూ పంచాయితీలో సర్పంచయ్య తీర్పు గూడా చేసేసినాడు. తిట్టుకుంటానే దిగువిండ్లలోని వాళ్ళు వూరుయిడ్సినారు. వాళ్ళందరూ చెరువు పల్లెదిక్కుపోయినాంక వూర్లో ఉచిత వైద్య శిబిరం నిర్వహించినారు. దానికి ఎవరెవరో పెద్దోళ్ళు పలుకుబడి వుండేటోళ్ళు అతిథులుగా వచ్చినారు. ట్యాంకులతో నీళ్ళు తెప్పించి తోటలకు, చెట్లలకు, చేలకు, వూళ్ళకు తిప్పినారు. చుట్టుపక్క పల్లెలకు ఈ సంగతే తెలియలేదు. లోపల్లోపలే మాట్లాడుకొని కార్యక్రమం జరుపుకున్యారు. రాజకీయాలు చర్చించుకున్యారు. మళ్ళా ఈసారి గూడా వూర్లో తమ పార్టీదే ఆధిక్యత వుండేటట్లు ముందునుంచే ఎట్లా జనాన్ని దువ్వుకోవాలో విడమర్చి మాట్లాడుకున్యారు. వేరే పార్టీ వాళ్ళు వూర్లో పట్టు బిగించి ఆధిపత్యం పొందకుండా ముందుగానే వాళ్ళను బెదరకొట్టాలని గూడా నిర్ణయించుకున్యారు. ఓట్ల పండగ రోజు తమకు వ్యతిరేకంగా పనిచేసినోళ్ళపై కక్ష సాధించడానికి, పగ తీర్చుకోవడానికి గూడా ఉపాయాలు తయారైనాయి. యింగేముండాది? చూస్తాండగానే ప్రత్యర్థులుండే నాలుగైదు వూర్లలో నీటిపైపులు రాత్రికిరాత్రి పగిలిపోయినాయి.

ఎవరు పగలగొట్టినారో తెలియడంలేదు. నీళ్ళ కోసం జనం తనకలాడ్తా వుండారు. ఎండసెగకు పచ్చనిచెట్లు మాడి మసై పోతాండయి. నీళ్ళులేని పల్లెలు గొంతెత్తి 'దాహం దాహం' అని అలమటిస్తావుండాయి. బిందె నీళ్ళు రెండ్రూపాయలిచ్చి కొనుక్కునే శక్తి లేనోళ్ళు కుంటల దిక్కు వుండే నీళ్ళనే తాగి మంచాల్లో పడ్తానే వుండారు. టౌన్లల్లో చల్లంగా ఏసీ గదుల్లో వుండేటోళ్ళకు నీటిదుఖ్ఖం య్యాడ కన్పిస్తాది?

నీళ్ళు... ఊళ్ళు... బీళ్ళు... కన్నీళ్ళు...!

***19 మే 2009***

# ఆగస్టు వాన

మా మండలం పేరేలేదు.

మళ్ళా యింగో సారి పై నుంచి కిందికి తారాడుకుంటి. కనపడలేదు, ఏందిరో పరిస్థితి ఇట్లా అయి పోయింది? కలెక్టరేట్ గోడకు అతికించిన కాయితం గాలికి ఎగుర్తాంది.

జాబితాలో మా మండలం య్యాడుంది? ఎవర్ని అడిగితే చెప్తారు? మనకు పలికేటోళ్ళు ఎవరుండారు? ఆశపడి యింత కాలంనుంచి చూపెట్టుకొని రైతులందరూ బయట యాపసెట్టుకింద దిగులు పడి కూకొని వుండారు.

మాది కరువు మండలమా? కాదా? కరువు మండలం అయ్యివుంటే జాబితాలో పేరెందుకు లేదు? ఎవరికీ నిమ్మళంగా లేదు. కో-ఆర్డినేటర్ వచ్చి పంటల్ని, భూముల్ని వచ్చి చూసి పోయినాడు. ఆయప్ప పోతాండేటప్పుడు ఎంతో నమ్మకంగా కూడా చెప్పినాడు.

'మీరేం భయపడద్దు. మీరు ఆత్మహత్యల్లాంటివి చేసుకోవద్దు. కరువు వొచ్చింది నిజం. మీకు ప్రభుత్వం మేలు చేస్తాది. దిగులు పడవద్దు. నేను హైద్రాబాదుకు పోతానే జాబితా విడుదల చేస్తామని' ఐఎఎస్ ఆఫీసరయ్య కారు ఎక్కుతా చివరి మాట చెప్పిపోయినాడు.

పల్లెల్లో అట్నే అందరం నమ్మకంగా వుంటిమి. తీరాజూస్తే ఇప్పుడు కండ్లలోనీళ్ళు తిరుగుతాండయి. ఇదే విషయం జాయింట్ కలెక్టర్‌ను కల్సి అర్జీ కాయితం రాసిస్తిమి. ఆయమ్మ దాన్ని చదివి ఏదో ఫైల్ తెప్పిచ్చినాది.

'మీ మండలంలో ఆగస్టు నెలలో వరసగా రెండుసార్లు వాన కుర్సింది. అందుకే మీ మండలాన్ని కరువు మండలంగా ప్రకటించలేదని' నిమ్మళంగా చెప్పింది.

వాన పడడమంటే ఏంది? నాల్గు చినుకులు కుర్సిపోతే దానితో ఏమైతాది? ఈ కతేంతో మాకే తెలియక నెత్తి గోక్కొంటిమి.

'డ్రైస్పెల్ అంటే మీకు తెలుసా? మళ్ళీ ఆయమ్మనే కళ్ళద్దాలు సరిచేసుకుంటా ప్రశ్నించింది.

చేతులు కట్టుకొని మేము తెలియదనేట్లు తల అడ్డంగా ఊపితిమి.

'ఇరవై రోజులు వర్షం రాకుండా వుండాలి. కానీ మీ మండలంలో వానొచ్చింది. అందుకే దానికి కరువు మండలంగా గుర్తింపు ఇవ్వలేకపోయాం' చెప్పింది, తాగిన నీళ్ళ గాజుగ్లాసు కింద పెడ్తా.

'వాన పడలేదు తల్లీ... రెండొంటే రొండు చినుకులు కుర్సినాయి. య్యాడ పడింది. పంట చూస్తురా ఎట్లా ఎండిపోయిందో...

వేరుసెనగ రైతు చిన్నన్న వేడుకున్యాడు.

'మా చేతుల్లో ఏం లేదు పెద్దాయన... కరువు మండలాలుగా గుర్తించాలంటే ప్రభుత్వం కొన్ని అంశాలను చూడమని చెప్తుంది. సాధారణ వర్షపాతం కంటే పదైదు శాతం తక్కువ వుండాలి. పంట దిగుబడి యాభై శాతం మించకూడదు. విస్తీర్ణం యాభైశాతం కంటే తక్కువుండాలి. ఇరవై రోజులు వర్షం రాకుండా వుండాలి. ఇవన్నీ వుంటేనే కరువు మండలంగా ప్రకటించడానికి ఆస్కారం వుంటుంది. లేకుంటే మేమేమి చెయ్యలేం. డ్రైస్పెల్ దగ్గర మీ మండలం పోయినట్లుంది' చెప్పింది తీరుబడిగా కుర్చీలో వెనక్కి వాలి కూర్చుంటూ.

'తల్లి... మీరనేది బాగుంది. జూలై నెలలో చినుకు కుర్సిందిలేదు. జూన్‌లో ఎండకు ఎంతగా తనకలాడినామో మీకందరికి తెల్సు. బోర్లను నమ్ముకుంటే యేర్లు యింకిపాయ. చెరువు నిండా చీకిచెట్లు మొల్సినాయి. నీళ్ళు మాకు యాన్యుంచి వస్తాయి? నానా అగచాట్లు పడిపంటలేసుకొని కరువు కాలంలో అప్పులపాలైతిమి. యింగ మీరే మమ్మల్ని కాపాడాల' చెప్పినాడు రమణయ్య.

ఆయమ్మ నవ్వి మీరింక పోవచ్చు అని చెప్పింది. అన్నుంచి కదిలి యింగ అట్నే రైతులందరం మా నియోజకవర్గ ఎమ్మెల్యే యింటి దిక్కు పోతిమి.

ఆయప్ప రేపు చేయ్యాల్సిన రాజకీయ ర్యాలీ, ధర్నాల గురించి కార్యకర్తలతో వ్యూహం చేసుకుంటా వుండాడు. నిరాహార దీక్షకు ఎవరెవరు కూర్చోవాలో చర్చిస్తాండడు. వాళ్ళది పార్టీ వ్యవహారం. రైతులందరం గేటుబయటే గంటన్నర పాటూ వుండిపోతిమి' అంతా పని అయిపోయినాంక మమ్మల్ని లోపలికి రమ్మని పిలిపిచ్చినాడు. పోయి మా మండలానికి జరిగిన అన్యాయం గురించి, కరువు మండలంగా ప్రకటించకుండా అధికారులు చేసిన పనిగురించి రైతులందరూ చెప్పుకుంటిమి.

'ఆగస్టు నెల్లో మీ మండలంలో వాన పడిందా లేదా నిజాయితీగా చెప్పండి!' ఎమ్మెల్యే కుర్చీలో కూకొని కాళ్ళు ఆడిస్తా ప్రశ్న వేసినాడు.

'వాన పడింది నిజం కాదు. రేత్రి పూట నాల్గు చినుకులు కుర్సినాయి అంతే. దాని వల్ల మా పంటలకు ఏం లాభం కల్గలేదు.' చెప్పినాడు తిమ్మారెడ్డి మామ.

'మీరట్లే అంటారులే. వాన పడినా పడలేదని చెప్పితే సరిపోతాది? దానిమీద విచారణ జరిపించి చూస్తా. దాంట్లో నిజం బయటికొస్తాది'. చెప్పినాడు ఎమ్మెల్యే నింపాదిగా. రైతులందరం బయటికొస్తాండేటప్పుడు మళ్ళా వెనక్కి పిల్సినాడు.

'కరువు మండలంగా గుర్తించాలంటే ఆగస్టులో కుర్సిన వాన చూస్తారు. మీరు దిగాలు పడొద్దు. మీ మండలాన్ని కరువు మండలంగా గుర్తించేందుకు కృషి చేస్తా. ఇన్‌పుట్ సబ్సిడీని ఇప్పించేందుకు కలెక్టర్‌తో మాట్లాడతా. రుణాల రీషెడ్యూల్ విషయం కూడా ప్రభుత్వంతో మాట్లాడతా' అని నాల్గు మాటలు పొడిపొడిగా చెప్పి యింగ దారి పట్టమని చెప్పినాడు. ఉత్తచేతులాడించుకుంటా మేమందరం అన్నుంచి పల్లెదావ పడ్తిమి.

వేరుసెనగ పంట చేతికొచ్చేటట్లు కానరావడం లేదు. ఎకరాలకు ఎకరాలు సాగుచేసిన పెద్ద రైతుల పరిస్థితి కూడా అలవికాకుండా వుండాది. వాన రానికాలం, ఎర్రగొంగళి పురుగు పంటకు ఎత్తుకొనింది. పావలాభాగంపంట చేతికొచ్చినా రైతుకు ఆనందమే అనేటట్లుండాది. ప్రభుత్వం ఆదుకుంటాదని రైతులందరూ ఎదురు జూస్తావుండారు.

వానలు రావాల్సినప్పుడు మట్టంగా వచ్చింటే రైతులందరూ ఆనందంగా వుండేటోళ్ళు. మండలంలో కుర్సిన వానను లెక్కలోకి తీసుకోవడంతో పల్లెల్లో చుక్క వాన పడని రైతులకు అన్యాయం జరుగుతాంది.

విస్తీర్ణ పరిధి, మండల కేంద్రంలో కురిసిన వానను అంచనావేసే దానికి కలెక్టర్ కమిటీ వేసినాడు.

వాళ్ళు ఇంకారాలేదు.

పంట భూముల విస్తీర్ణం యాభైశాతంకంటే తక్కువ వుంటేనే 'కరువు మండలం' అని గుర్తిస్తారు. అధికారుల లెక్కలకు, నిజంగా సాగుభూమికి తేడా వుండాది. పంట రుణాలు తీసుకున్న రైతులు, బ్యాంకుల్లో రుణాలు తీసుకున్య వారిలో ముప్పై శాతానికి మించి వేరుసెనగ సాగు చేయలేదు. రికార్డుల్లో సాగు చేశారని రాసుకొని వుండారు. దీంతో ఈ లెక్క యాభైశాతానికి దాటిపోయింది.

కరువుదెబ్బకు రైతులు విలవిలలాడ్తాండరు. వేరుసెనగ పోయింది. అరటి తోటలు పోయినాయి. రైతుకు దెబ్బమీద దెబ్బ పడింది. ఎర్రగొంగళి పురుగులు పంటపొల్లాల్లో విచ్చలవిడిగా వెక్కిరిస్తాండయి. 'న్నా... ప్రభుత్వం ఆగస్టు వానను పక్కనపెట్టి సానుకూలంగా స్పందించి రెండో విడతలోనైనా మనమండలాన్ని కరువు ప్రాంతంగా ప్రకటిస్తాదనే నమ్మకం నాకు లేదని' - తేల్చిపారేసినాడు వెంకటనాయ్డు రచ్చబండమీద కూకొని.

'ఆగస్టు వానను అంచనా వేసేందుకు, కన్నీళ్ళను అంచనా వేయడానికి, దాంట్లోని గాఢతను గుర్తించడానికి ఎలాంటి కొలమానాలుండవు. అదే మన దౌర్భాగ్యం'. అన్యాడు టీచర్ ఓబులేసు.

***22*** **సెప్టెంబరు** ***2009***

# పెద్ద చేపలు

పల్లెలోకి ఫీల్డ్ ఆఫీసర్ రాక వారం రోజులు దాటి పోతా వుండాది. రైతులకు, కూలోళ్ళకు ఏం జరిగింది తెలీకుండా వుంది.

ఒక్కక్కరు ఒక్కో రకంగా మాట్లాడుకుంటాండరు. సర్పంచయ్య కొత్త గవర్నమెంటు ఏర్పాట్లు జరుగుతాండయి నేను పార్టీ కోసం పని చెయ్యాల అని జెప్పి హైదరాబాద్‌కు పోయి కూర్చోని వుండాడు.

ఇప్పుడు మండలంలో య్యాడ చూసినా ఈ సంగతే చర్చించుకుంటా వుండారు. 'ఎవరెవరు ఎంతెంత తినింది' లెక్కలు తెగకుండా వుండాయని, రేపో మర్నాడో పోలీసోళ్ళు గూడా పల్లెలోకి జీపేసుకొని వస్తారని చెప్పుకుంటాండరు.

ఎప్పుడు ఫీల్డ్ ఆఫీసర్ల వెనకెమ్మడి తిరిగేటోళ్ళు గూడా పల్లె యిడ్సి పోయినారు. వాళ్ళ కోసం ఆఫీసు వాళ్ళు వెతుకతాండరు. మొన్న ఓట్లు అయిపోయే దాంక వీళ్ళ గురించి ఎవరూ పట్టించుకోలేదు. ఇప్పుడు వీళ్ళ సంగతి ఏందో, ఎవరెవరు ఎన్నెన్ని లక్షలు మింగింది లెక్కలు తేల్చే పని ఎత్తుకున్నారు. టౌన్లో ఆఫీసర్లు ఇప్పుడు ఈ పని మీదే వుండారు. పెద్ద చేపలన్నీ తప్పించుకొని తిరుగుతాండయి.

ఉపాధి హామీ పథకం వచ్చిందంటే పల్లెలో అందరూ ఎంతగానో సంబరపడినారు. యింగ ఎవరూ తిండికి భయపడాల్సిన అవసరం వుండదని తాగుబోతు మొగుళ్ళను నమ్ముకోకుండా ఆడోళ్ళు కూలిపని చేస్కొని పిల్లోళ్ళను సాక్కోవచ్చని ఆనందపడిరి. సంవత్సరానికి నూరు రోజులు పని పల్లెలోనే వుంటాదని, కూలీ సొమ్ము నమ్మకంగా చేతికిస్తారని చెప్పినప్పుడు కూలోళ్ళ కండ్లలో

వెలుగు నిండింది. టౌన్లో బేల్దారి పనికి పోయి బిల్డింగు పైనుంచి కిందపడి కాలు విరగొట్టుకొని పల్లెకొచ్చిన వెంకట్రాముడు కూడా పల్లెలోనే ఇట్లా కూలీ పని చేసుకుంటా వుండాలనుకున్నాడు. అందరూ అనుకున్యట్లు గానే ఉపాధి హామీ పథకం వరమైంది. పని చేస్తే దుడ్లు చేతికొస్తావుండాయి. మొగుడు వదిలేసిన పీరమ్మత్త గూడా కొట్టం కొత్త బోదతో కప్పించుకునింది. రాముడు కూతురు పెండ్లి పెట్టుకున్యాడు. వెంకటేశు కొడుకు శీనూగాడు టౌన్లో కాలేజీలో చేరినాడు.

ఎనిమిది నెలలు బాగున్నింది. అందరూ సంతోషపడ్తా వుండిరి. మళ్ళ అసలు సంగతి బయటికి పాక్కింది. యాబైలక్షల కాడికి సొమ్ము పెద్ద చేపలు ఎట్లా మింగేసినాయో కతలు కతలుగా చెప్పుకుంటా వుండారు. రికార్డులు గూడా య్యాడుండాయో తెలీకుండా వుండాది. ఎప్పుడూ సర్పంచయ్యతోపాటూ రచ్చబండ దగ్గర కూర్చొని మాట్లాడ్తా వుండే ఫీల్డ్ ఆఫీసర్ చూసేకి ఎంతో నమ్మకమైన మనిషి తిన్న కన్పించేటోడు. ఎమ్మెల్యేకాడ పని చేసే రామాంజుల రెడ్డి, కౌన్సిలర్ నాయుడులతో కలిసి యింతకు తెగిస్తాడని ఎవరూ అనుకొనిందే లేదు.

ఇన్‌చార్జి ఎంపీడీఓ అయితే వారం వారం పల్లెలోకి వచ్చేటోడు. రైతులతో, కూలోళ్ళతో కట్ట మీదే కూకొని పని ఎట్లా జరుగుతాందో అడిగేటోడు. కాలవ కొలతలు తీసుకునేటోడు. అన్నుంచి ఫీల్డ్ ఆఫీసర్‌తో కలిసి రచ్చబండ కాడికి పోయి కూర్చొని పెద్దోళ్ళతో చర్చించేటోడు. ఏపీఓ అయితే ఎప్పుడూ పల్లె బాగు గురించే తన పని చేస్తా వుండానని నీతిబోధలు చేస్తాండేవాడు.

కట్ట దిగదాల వుండే పొలాలను ఫోటోలు తీసుకొని, జింకల కొండ దిక్కు వుండే కంపచెట్ల అడవి ఫోటోలు తీసుకొని ఈ భూమిని గూడా ఇట్లా పొలాల తిన్న చేస్తానని చెప్పేవాడు ఫీల్డ్ ఆఫీసర్. ఆయప్ప మాటలకు రైతులు పొంగి పోతాండిరి. నాటుకోడి వండి విందు యిస్తావుండిరి. పల్లెకు దూరంగా మూడేపమాన్ల సత్రం దిక్కుండే చీకి చెట్లు అన్నీ కొట్టేయించే పని పట్టుకుంటానని హామీ ఇచ్చేటోడు. సర్పంచు, కౌన్సిలర్ తమ్ముడు కూడా ఈ పనులను వచ్చి చూస్తామని చెప్పేటోళ్ళు. సాయంత్రం పూట ఆఫీసర్లు, పల్లెలోని పెద్దోళ్ళు అందరూ రచ్చబండ కాడ కూకొని రహస్యంగా మాట్లాడుకునేవాళ్ళు. రెండు

సార్లు నియోజకవర్గ ఎమ్మెల్యే గూడా పల్లెలోకి వచ్చి పనులు చూసి పోయినాడు. రైతులు, కూలోళ్ళు అందరూ కలిసి ఎగువ కాలువ పని ఒక్కటి మాత్రమే చేసినారు. అంతే! కానీ కాగితాల్లో అప్పటికే చెయ్యాలని నిర్ణయించుకున్న పనులన్నీ చేసినట్లు రాసేసుకున్యారు.

మేము పుట్టక ముందునుంచి అంకిరెడ్డి వాళ్ళకు నిమ్మతోట వుండాది. ఆ భూమిని సాగుచేసినట్లు రికార్డుల్లో రాసుకున్యారు. చెరువు కట్టదిక్కు వరి పండే పొలాలుండాయి. దాన్లను గూడా ఇట్నే చదును చేసి మట్టితోలి సాగులోకి తెచ్చినట్లు రికార్డు కెక్కించినారు. దిగదాల కంపచెట్లు కొట్టించకుండానే కొట్టేసినట్లు, కాల్వలు తీయ్యకున్య తీసేసినట్లు రాసుకుంటా, బిల్లులు చేసుకుంటా పోయినారు. అడిగేటోళ్ళు ఎవరుండారు? అందిరికి వాటాలు అందుతా వున్యాయి. పనిలో పనిగా కూలీలు మూడు వారాలు పనిచేస్తే నెలంతా పనిచేసినట్లు కూడా రాసుకున్యారు. ఎన్ని రకాలుగా సొమ్మును తినొచ్చో అన్ని రకాలుగా తినేసినాయి పెద్ద చేపలు.

మట్టి తోలిన ట్రాక్టర్ల యజమానులతో వాటాల దగ్గర బెడిసికొట్టింది. వాళ్ళు తిరగబడినారు. వాళ్ళకు డబ్బు చెల్లించే దగ్గర తేడాలొచ్చినాయి. ఆన్నుంచి కత మారిపోతా వచ్చింది. వాళ్ళు ఒక్కొక్కటి బయటపెడ్తా వచ్చినారు. హ్యాబిటేషన్, గ్రామం పేరు, ఐ.డీ. నంబరు, ఎంత సొమ్ము తినింది లెక్కలు రహస్యంగా కలెక్టర్‌కు కాయితం రాసి ఎవరో పంపించినారు. కానీ దాన్ని ఎవరూ పట్టించుకోలేదు. పేపరోళ్ళు ఈ సంగతినే నాల్గురోజులు బ్యానర్ కట్టి రాసినారు. ఓట్ల ముందర ఇట్టాటి 'కత'ను ఎవరు పట్టించుకుంటారు? అందుకని అందరూ నిమ్మళంగా వున్యారు.

ఓట్ల కౌంటింగ్ అయిపోతానే పెద్ద చేపల్ని పట్టుకోవడానికి టౌన్లోని ఆఫీసర్లు వలలు సిద్ధం చేసుకొని గాలిస్తాండరు. రైతులు, కూలోళ్ళు యిన్ని రకాలుగా డబ్బును మింగొచ్చని తెల్సుకొని ఆశ్చర్యపోతాండరు. ఎమ్మెల్యే కాన్నుంచి వూర్లో సర్పంచు వరకు, ఫీల్డ్ ఆఫీసర్, అసిస్టెంట్ల కాన్నుంచి ఇన్‌చార్జి ఎంపీడీఓ దాకా స్వాహా చేసిన సొమ్ము రెండు కోట్ల కాడికి వుండొచ్చని చెప్పుకుంటాండరు. ఈ వ్యవహారమంతా తెగేదాకా కొత్త పనులు జరగవని చెప్పేసినారు.

‘ఇదేందిన్నా... దిన్నం పనులు బాగా చేసుకునేటోళ్ళం. ఉన్యట్లుండి మనకు పనిల్యాకుండా పోయింది. య్యాడికి పోవాల? ఏం పని చేయాల? అని దిగులైపోతాంది. బలిసినోళ్ళు చేసిన పనికి మనట్టాటి సన్నోళ్ళకు కష్టాలొచ్చి పడినాయి’ అని తిరుమలయ్య రేత్రి నులకమంచం మీద కూకొని బాధపడ్తా వుండాడు.

‘సామీ... రావాల్సిన మన కూలీ లెక్కలను చూపెట్టుకొని వుండాను. కూతురు పెండ్లి పెట్టుకున్న్యాను. అవసరానికి వూర్లో సాయం చేసేటోళ్ళు గూడా లేరు. పాత బిల్లులు మంజూరై వస్తే మా బతుకులు మారి రోంత గడ్డన పడ్తాయి’ - అని సందిండ్లలో వుండే కుమరయ్య కనపడినోళ్ళందరికి తన కష్టం చెప్పుకుంటా వుండాడు.

టౌన్లోని ఎంపీడీఓ సెలవు మీద పోయినాడు. ప్రాజెక్టు డైరక్టర్ దీనిమీద విచారణ చేయడానికి సిద్ధపడినాడు. ఎమ్మెల్యే ఫోన్ చేసినాడు. విచారణ కూడా వాయిదా పడింది. గవర్నమెంటు ఉద్యోగులు సెలవు మీద పోయినారు. ఎక్కువ కొలతలు చూపించి నిధులు డ్రా చేసినట్లు తెలుస్తాందని ఎవరో వివరణ ఇచ్చినారు. ఉపాధి పనులు చేయకుండానే నిధులు మింగేసినట్లు రైతులు కాయితాలు రాసుకొని పొయి టౌన్లో ఆఫీసర్లను కల్సినారు. భూముల్ని చూసేదానికి గూడా ఎవరూ రాలేదు. ఎవరు ఎప్పుడొస్తారో, మళ్ళా పనులు ఎప్పుడు మొదలైతాయో గూడా తెలీకుండా వుండాది.

కతలో అసలు మలుపు ఇక్కడ తిరిగింది. ఇప్పుడు అందిన కాడికి మింగిన పెద్ద చేపలన్ని హైద్రాబాదుకు చేరుకున్యాయి. అక్కడ్నుంచి రాజకీయం నడిపిస్తా వుండాయి.

‘యింగ వాళ్ళను పట్టుకోను ఎవరి చేత కాదు. ఆ సొమ్ము పోయినట్లే లేన్నా... అయిందేదో ఐపోయింది. మళ్ళా కొత్త పనులు మొదలు జేస్తే కూలోళ్ళు సంబరపడ్తారని’ - పల్లె కాన్నుంచి వచ్చిన ప్రతాపుడు చెప్పకచ్చినాడు... నిజాయితీగా!

టౌన్లో వీళ్ళ మాట పట్టించుకునేటోళ్ళు, వినేటోళ్ళు ఎవరుండారు?

***26 మే 2009***

# మునిమడుగు భూమి

ఎల్లప్పకు కంటి మీద కునుకుల్యాకుండా వుండాది.

ఎవరికి పోయి తన కష్టం జెప్పుకోవాలో దిక్కు తెలీకుండా వుండాది. ఎంతో కాలం నుండి నమ్మకంగా నమ్ముకొని బతుకుతాండే భూమి ఎట్లా చేతులు మారిందో అర్థం కాకుండా వుండాది.

ఎక్కడ చెప్పుకుంటే తనకు న్యాయం జరుగుతాదో తెలుస్తాంటే కదూ! భూమి కళ్ళ ముందు కనపడ్తాంది. తరతరాల్నుంచి వస్తాండే భూమి ఇప్పుడు తనది కాకుండా పోతాంది. తీరని దుఖ్ఖం పొంగుకొస్తాంది.

ఇట్టాటి కతలు గూడా జరుగుతాయని తనకు నిజంగా తెలీదు. తెల్సింటే ఆ అయిదెకరాల భూమిని కూడా అమ్మడానికి సిద్ధపడేటోడు కాడు. ఇట్లాటి దారుణాలు కూడా చేస్తారని ఇప్పుడిప్పుడే తెలిసొస్తాంది. ఎంత నమ్మకంగా మాయమాటలు జెప్పినారు. ఆ మాటలన్నీ చెవుల్లో ఇంగా విన్పిస్తానే వుండాయి.

'అమ్ముకోయ్య సామీ... ఈ భూమిలో ఏముండాది? రాళ్ళూ రప్పలూ కొనేటోళ్ళు ఎవరుండారు? ఖర్మకాలి బేరం తగుల్తావుండాదని' చెప్పినాడు భూములమ్మే మధ్యవర్తి. రోంత బయటకు పిల్సకచ్చి!

ఎల్లప్పకు జూసి జూసి భూమి అమ్ముకోబుద్ధి కావట్లేదు. అందుకే రోంత ఆలోచన జేసినాడు. మధ్యవర్తికి మళ్ళీ మండిది.

'జెప్పేది నీకేయ్యా... కొండ దిక్కు వుండే భూమి ఏం జేసుకుంటావు? ఆడేమన్నా గుక్కెడు నీళ్ళన్నా వుండాయా? కంప ముళ్ళులు. సర్కారు చీకిచెట్లు.

గుట్టలో స్థలం ఎప్పుడు మంచి బేరానికి నువ్వు అమ్ముకునేది? ఎవరు ఆ తావును కొనుక్కునేది? రోంతన్నా తెలివివుండాల. నీ మంచి కోసమే చెప్తాండ. వింటే బాగుపడ్తావు' అని సిగరెట్ ముంటించినాడు మధ్యవర్తి.

తాను భూమిని అమ్ముతానని ఎవరికీ చెప్పింది లేదు. అమ్మే ఉద్దేశ్యమూ తనకులేదు. మంచి బేరం తెమ్మని ఏ మధ్యవర్తికి ఎరుక జేసింది లేదు. వాళ్ళంతకు వాళ్ళు వెతుక్కుంటా తనింటి కాడికివచ్చి భూమిని బేరం చేసుకుంటా వుండారు.

'అమ్మన్నాబ్బా! మాకు రోంత గుట్టదిక్కు స్థలం పనిబడి కొంటావుండాం. నీ రుణం వుంచుకోం. మంచి చెడ్డా జూసుకుంటాం. అవసరాలు అందరికీ పడ్తా వుంటాయి. లెక్కదేముండాది? ఈ రోజు వుంటాది. రేపు పోతాది. మంచితనం గావాల. ఎప్పటికైనా మన వెనకాల వచ్చేది అదే గానీ!' అని మధ్యవర్తి వెనకాల వచ్చిన ఖద్దరు చొక్కా మనిషి నీతివాక్యాలు జెప్పినాడు నిబ్బరంగా.

'బాగజెప్పినావున్నా! లెక్కను మనిషి కనిపెట్టినాడా? మనిషి లెక్కను కనిపెట్టినాడా? చచ్చినాక అందరం గుంతలోకి పోవాల్సినోళ్ళమే గదూ! మంచోడని పదిమందీ అనుకుంటే చాలు గానీ!' అని వీళ్ళ ఎంబిడే వచ్చిన మనిషి పళ్ళు యికిలించుకుంటా చెప్పినాడు.

ఊకొట్టినారు వాళ్ళతోనే వచ్చిన ఇంగో ఇద్దరు తలాడిస్తా.

మధ్యవర్తి మళ్ళా ఆన్నుంచి ఎల్లప్పను రోంత బయటకు పిల్సకచ్చినాడు. యాపచెట్టు కింద అరుగు మీద కూర్చోబెట్టి చెప్పిందే చెప్పినాడు.

ఎల్లప్ప గూడా వినిందే వినాల్సి వచ్చింది. ఆఖరి మాట య్యాదో ఒకటి చెప్పమన్నారు వాళ్ళు.

ఎల్లప్పకు ఏం చెప్పాలో దిక్కు తెలీక నెత్తి గోక్కున్యాడు. రెండ్రోజులు తర్వాత చెప్తానని అన్యాడు.

వాళ్ళు ఒకరి ముఖాలు ఒకరు జూసుకున్యారు.

సుమోలు కదిలినాయి దుమ్ము రేపుకుంటా.

ఎల్లప్ప వూర్లో వాళ్ళను వీళ్ళను అడిగి జూసినాడు.

ఎవరికీ ఏమీ తెలియకుండా వుండాది.

ఇంటి ఖర్చులకు, పొలం పనులకు లెక్క చేతిలో వుంటే బాగానే వుంటాది. వెతుక్కుంటా వచ్చిన బేరం. గుట్టకాడ భూమి ఎప్పుడైనా అమ్ముకోవడం కష్టమేనని మనసులోనే అనుకున్నాడు ఎల్లప్ప.

గుట్ట కానుకొని తన భూమి ఇరవై ఎకరాల దాకా వుండాది. మరీ తప్పనిసరి అయితే రోంత అమ్ముకున్నా సరిపోతాది. అవసరం బడితే అంతా అమ్ముకునే సంగతి ఆలోచన జేస్తే సరిపోతాదని అనుకున్నాడు. ఈ లోగానే మధ్యవర్తి నాల్గుసార్లు, రియల్ ఎస్టేట్ వ్యాపారి ఆరుసార్లు ఫోన్లు జేసి విసిగించి వుండారు. ఎల్లప్ప వాళ్ళకేమాట చెప్పలేదు. రెండ్రోజులు దాటినాంక మళ్ళా వాళ్ళే సుమోలు వేసుకొని పల్లెదిక్కు వచ్చినారు.

ఎల్లప్ప దిక్కులు జూస్తా తలగోక్కున్నాడు.

ఈసారి రాజకీయనాయకులు కూడా దిగినారు.

వాళ్ళను చూడను పల్లెజనం పరిగెత్తుకుంటావచ్చినారు.

దీంతో లోగా ఇంట్లోకి పిల్సకపోయి కూకోబెట్టినాడు.

వాళ్ళందరూ మాట్లాడడానికి వచ్చినట్లు లేదు.

పంచాయితీ చేయడానికి వచ్చినట్లు గానే వుండాది.

అదే మొదలైంది.

'రోంత చూస్కోని పోతాండు ఎల్లప్ప.

అన్ని కాలాలు మనవేవుండవు. ఒకటి బోయి ఇంగొకటి జరిగితే ఎవరేం చేయలేం. ముందే చెప్తాండం. పిల్లోళ్ళుండేటోడివి. నువ్వూ బాగుపడు. మమల్ని రోంత బాగుపడనీయి. ఇద్దరికీ మంచిది. ఏమంటావు?' అని కళ్ళు ఎగరేసినాడు టౌను కాన్నుంచి వచ్చిన కౌన్సిలర్.

ఆ మాటల్లో ఒప్పుకోమని హెచ్చరించే గొంతూ, ల్యాకుంటే ఎంతకైనా తెగిస్తామనే తెగింపూ విన్పిస్తానే వుంది. పురి తిప్పిన మీసాలు చూస్తాంటే ఆ రోషం కూడా కన్పిస్తానే వుండాది పాలెగాడు తిన్నా.

యింగ ఎల్లప్పకు ఏం జేయాలో పాలుపోలేదు.

'అట్నేలేమ్మని' తలాడించినాడు.

'ఎన్ని ఎకరాలు అమ్ముతావు?' మళ్ళీ ఇంగో ప్రశ్న పిడుగు పడినట్లు పడింది.

మాట తడబడతావుండాది. కాళ్ళు పదురుతావుండాయి. రోంతసేపు నిశ్శబ్దంగా వుండిపోయినాడు.

'చెప్పప్పా... నీ భూమి నీ ఇష్టం. మాదేముండాది? ఎంతైనా అమ్ము తీసుకుంటారు...' చెప్పినాడు మధ్యవర్తి ఎగదోస్తూ.

'మూడెకరాలు' చెప్పినాడు తలొంచుకొని ఎల్లప్ప.

బిగ్గరగా నవ్వినారు అందరూ 'అంత రోంత భూమికి ఇంత మందివి మాట్లాడను రావాల. నువ్వు భలేటోడివే.' అని ఎగతాళి చేసినారు.

'ఐదెకరాలు' అని రెండవసారి చెప్పిపైకి లేచినాడు అరుగు మీద నుంచి ఎల్లప్ప బయటికి వచ్చేస్తూ.

'ఇంగోమాట చెప్పు సామీ...' ఎత్తిడ్సినాడు మధ్యవర్తి.

'ఇదే ఆఖరి మాట' చెప్పినాడు ఎల్లప్ప... ఒక కొలిక్కి వచ్చినట్లు.

తర్వాత పంచాయితీ ముగిసింది.

'సరే నువ్వెందుకు బాధపడడంగానీ నీ మనస్ఫూర్తిగా ఐదెకరాలే రాసిపో' అని ఖద్దరు చొక్కా మనిషి పుల్లతో పళ్ళు కుట్టుకుంటా చెప్పినాడు.

తర్వాత రిజిస్ట్రేషన్ కార్యక్రమం కూడా రెండ్రోజుల్లో ఐదెకరాల భూమికి జరిగిపోయింది.

భూమి ధర కూడా పెద్దగా పడలేదు ఎల్లప్పకు.

గుట్టకింద భూముల్లో ముడి ఖనిజం వుండాదని అందుకోసమే రియల్ ఎస్టేట్ వ్యాపారులు, రాజకీయనాయకులు గద్దల తిన్నా తిరుగుతా వుండారని తర్వాత వారానికి ఎల్లప్పకు తెలిసి వచ్చింది.

'పోయిన అయిదెకరాలు పోయిందని' బాధపడినాడు. ఎందుకో అనుమానమొచ్చి మిగిలిన పదైదు ఎకరాల గురించి రిజిస్ట్రేషన్ ఆఫీసుకు పోయి విచారించినాడు. అంతే గుండె ఆగిపోంది ఒక్కటే తక్కువైంది.

లబోదిబోమని తలబాదుకున్నాడు. అమ్మింది అయిదు ఎకరాలు అయితే మొత్తం ఇరవై ఎకరాల భూమి వాళ్ళకే రిజిస్ట్రేషన్ అయిపోయి వుండడంతో తల్లడిల్లిపోయినాడు. కళ్ళల్లో కన్నీళ్ళు తిరిగినాయి. మోసం జరిగిందనే సంగతి నిదానంగా తెలుసుకున్నాడు. ఇప్పుడేం చేయాలి? ఎవరికి చెప్పుకోవాలి? తనకేది దారి? మునిమడుగులో తనోళ్ళందర్ని కలిసి గోడుగోడుగా తనకు జరిగిన అన్యాయం గురించి చెప్పుకున్నాడు. రైతులందర్నీ కలిసి తను కోల్పోయి పోగొట్టుకున్న భూమి కత చెప్పుకొని దుఖ్ఖపడినాడు.

'నువ్వు అమ్మింది ఐదెకరాలు అయితే ఇరవై ఎకరాలు ఎట్లా రిజిస్ట్రేషన్ అయ్యిందిరా... మళ్ళా ఇంత మోసమా? నీకు తెలీకుండానే నీ భూమిని వాళ్ళెట్లా కొనుక్కుంటారు? సిత్రం గుండాదే కత. ఇదేందో చూడాల్సిందే. పదం పొండి ప్యాపిలి సబ్‌రిజిస్టర్ కార్యాలయం కాడికి పంచాయితీ తెగిపోతాదని' మునిమడుగు రైతులందరూ తుండు గుడ్డలు విదిలించుకొని భుజాన వేసుకొని ముందుకు కదిలినారు.

గుట్టు చప్పుడు కాకుండా తెరవెనక నడ్సిన కతంత బయటపడింది. మునిమడుగు భూముల్లో ముడి ఖనిజం పడిందని తెల్సుకున్న కర్నాటకలోని రాయచూరి రియల్ ఎస్టేట్ వ్యాపారి వొకడు పావులు కదిపి చక్రం తిప్పినాడని తెలుసుకున్నారు. ఆయప్పకు రాజకీయనాయకులు, అధికారులు అందరూ కలిసి ఎకరా భూమి ముప్పై వేలకే అమ్మినారని కనుక్కున్నారు.

ఇట్టా అమ్మింది ఎల్లప్ప భూమే కాదు మునిమడుగు రైతులందరి భూములు కూడా ఇట్నే రిజిస్ట్రేషన్ అయిపోయాయని తెల్సుకొని ఉలిక్కిపడినారు. రెండొందల ఎకరాల భూమి ఇట్లా రియల్ స్టేట్ వ్యాపారికి అమ్మేసినారని తేలడంతో రైతులందరూ నిప్పులు కక్కుతాండరు.

'ఇదేందిది... మాకు తెలీకుండనే మా భూముల్ని ఎట్లా అమ్మేసినారు? ఎట్లా రిజిస్ట్రేషన్ చేసినారు? మా బతుకులు ఏం కావాల?' అని రైతులు ఆక్రోశపడ్తాండరు. వాళ్ళకు జవాబిచ్చేటోళ్ళు ఎవరుండారు? వాళ్ళ ఆవేదనకు వినేటోళ్ళు ఎవరుండారు?

మునిమడుగు భూకుంభకోణం గురించే ఇప్పుడు య్యాడ జూసినా గుంపులు గుంపులుగా జేరి జనం చెప్పుకుంటా వుండారు.

ఎల్లప్ప రచ్చబండ అరుగు మీదే కూకొని దిగులు జేస్తానే వుండాడు.

***23 డిసెంబరు 2008***

# రోడ్డు కాయలు

రైతుల్ని పోలీసోళ్ళు పిల్సకపోయి స్టేషన్లో పెట్టినారు.

రెండ్రోజులు దాటిపోతా వుండాది. ఇండ్లకాడ భార్యాబిడ్డలు రాని మొగుళ్ళ కోసం చూపెట్టుకొని దిగులు జేస్తావుండారు. సర్పంచుకు చెప్పుకుందామనుకుంటే ఆయన కొడుకుని కూడా పోలీసోళ్ళే లోపలేసి వుండారు. ఇంగ ఎవరేంజేస్తారు?

సర్పంచు టౌన్లోకి కౌన్సిలర్ కాడికి పోయివుండాడు. వారం కిందట మండలానికి కొత్త ఎస్సై వచ్చినాడు. పల్లెల్లోకి జీపుల్లో వచ్చి హెచ్చరించి పోయినారు. ఎవరేగానీ రోడ్ల మీద కాయలు ఆరబోసుకోవద్దని! ఇట్టాటి యన్నీ మామూలేనని దులుపుకొని దిన్నం తిన్ననే పల్లెలోని రైతులందరూ శెనక్కాయల్ని రోడ్డు మీద ఆరబోసుకున్నారు.

ఒకర్ని జూసి ఒకరు మళ్ళా అందరూ రోడ్డు మీదనే కాయుల్ని ఆరబోసుకోవడం మొదలు పెట్టినారు. కడప నుంచి తాడిపత్రి దిక్కు పోతాండే రోడ్డులో ఎగువ పల్లె కాన్నుంచి నాలుగు కిలోమీటర్లు ఇదే పరిస్థితి వుండాది.

ఆకాశంలోకి జూస్తే ముసురు. ఎప్పుడు సినుకులు ఎత్తుకుంటాయో ఎవరికి తెలుసు? ఇండ్లకాడ ఆరబోసుకుందామంటే తావు యాడుండాది? అందుకే రైతులందరూ శెనక్కాయల్ని రోడ్డు మీదనే ఆరబోసుకుంటా వుండారు. అంతా బాగానే జరుగుతా వున్నింది. నాల్గురోజుల కింద జరగరాని ఘోరం జరిగిపోయింది. తిరప్తి కాన్నుంచి పుట్టెంటుకలు తీయించుకొని అనంతపురానికి పోతాండే కుటుంబం సుమో ఎగువపల్లె కాడ రోడ్డు మీద ఆరబోసుకున్న

కాయలకు మోట్లో అడ్డంగా పెట్టిన రాయిని తగిలించింది. ఎగిరి దిగదాల కట్టకవతల వుండే గుంతలోపడి నుజ్జు నుజ్జు అయ్యింది. సన్నపిల్లోలతో సహా అడ్నే అట్నే అందరూ ప్రాణాలిడ్సినారు. ఈ సంగతి పోలీసోళ్ళకు తెల్సి వచ్చినారు. రోడ్డు మీద కాయలు అరబోసుకున్న రైతులందర్ని తీసకపోయి లోపలేసినారు.

'సామీ... ఇట్టా జరుగుతాదని అనుకోల్యా. ఆ డ్రైవరు రోంత సూస్కొని బండితోలింటే బాగుండు. సుమో బండి కాయల మీద పోయింది. నాకు ఎనిమిది మూటల కాయలు పోయినాయి. నన్ను యిడ్సిపెట్టండి...' వేడుకున్యాడు రైతు రామన్న మాసిపోయిన నల్లటి ముఖంతో.

'సగం రోడ్డు ఖాళీగా యిడ్సిపెట్టి వుండాం. ఆ దావెంబడి పోకుండా రాయికి గుద్దుకొని వాళ్ళు సచ్చిపోతే మేమేం చెయ్యాల? కౌన్సిలర్ వచ్చినాంక మాట్లాడుకుందాం లే... సార్' అని అంటాండడు సర్పంచు కొడుకు రమేష్.

'ఇప్పుడేమన్నా కొత్తగా అరబోసుకుంటా వుండమా... మేం పిల్లోళ్ళప్పుడు గూడా మా పెద్దోళ్ళు కాయల్ని రోడ్డు మీదే అరబోసుకుంటా వుండిరి. మేము అదే జేస్తావుండాం. మీరే య్యాడన్నా జాగా జూపియండి. అడ్నే కాయలు వంచుకుంటాం...' రోంత గట్టిగానే అన్యాడు రాళ్ళ చేను సిద్దారెడ్డి.

'పల్లెలో య్యాడ జూసినా కంప చెట్లు, స్థలం య్యాడుండాది? పెద్దిరెడ్డి కల్లం వుండాది గానీ అది ఆయన కాయలకే సరిపోతాది. యింగ మా సన్నరైతులు య్యాడికి పోయి కాయలు అరబెట్టుకోవాల...' తల గోక్కుంటా చెప్పినాడు పడగలయ్య మామ.

'ఔ... సామీ! పల్లెలో తావుల్యాకనే రోడ్డు మీద కాయలు అరబోసుకుంటా వుండాం. రేత్రిలో కూడా అడ్నే కాపలా కాస్తా వుండాము.' ఊకొడతా చెప్పినాడు ఎంకటయ్య.

'రెండ్రోజుల్నుంచి స్టేషన్లో వుండాం సార్. విడ్సి పెట్టండి... ఇండ్లకాడ వాళ్ళెట్లుండారో...' అని వేడుకున్యాడు నాగన్న.

ఎస్సై ఏం మాట్లాడ లేదు. అందరి మాటలు వింటానే వుండాడు. రోంత సేపటికంతా ట్రాక్టరొచ్చి స్టేషన్ ముందు నిలబడింది. నిండాకు లోడు వుండాది. అందరూ కళ్ళు నులుపుకొని చూస్తా వుండారు.

శెనక్కాయ మూటలు. రోడ్డు మీద ఆరబెట్టుకున్య శెనక్కాయలన్నీ మూటెలకు కట్టి స్టేషనుకు తెచ్చినారు.

'రోడ్డుకు అడ్డంగా మీరు కాయలు ఆరబోసుకోవడం వల్ల ఒక కుటుంబం ప్రాణాలు పోగొట్టుకుంది. ఆ కుటుంబానికి ఎవరు సహాయం జేస్తారు? అందుకే ఈ రోడ్డు కాయలన్నీ అమ్మి ఆ కుటుంబానికి సాయం చెయ్యాలని నిర్ణయించుకున్నాను' - చెప్పినాడు కొత్తగా వచ్చిన ఎస్సై... భరోసాగా!

అనంతపురం కాన్నుంచి వచ్చిన ఆ కుటుంబంకు చెందిన వ్యక్తి రెండు చేతులు జోడించి ఎస్సైకి ఆత్మీయంగా నమస్కరించాడు.

ఒకరిద్దరు రైతులు గట్టిగానే ఏదో గొణిగారు. ఎస్సై ఉరిమి చూడడంతో తలొంచుకొని గుస గుసలాడుకోవడం మొదలు పెట్టారు.

'కాయలు అమ్మొద్దులే సార్... రైతులందరం కలిసి పదివేలిస్తాం గానీ...' చెప్పినాడు సర్పంచయ్య కొడుకు. మరోసారి ఎస్సై చూసిన చూపుకు తలొంచుకోవాల్సి వచ్చింది.

ఇంతలో రెండు సార్లు ఫోన్ మోగింది. పోలీసులు ఎవరూ ఎత్తలేదు. మాట్లాడలేదు.

రేత్రికి ఎగువపల్లెలో రచ్చబండ దగ్గర పల్లెలోని వాళ్ళందరూ సమావేశమైనారు. రోడ్డు మీద కాయలు ఆరబోసుకుంటే, ఎస్సై లోపలేసిన సంగతి, కాయలమ్మి నష్టపోయిన కుటుంబానికి సాయం చేసిన విషయమూ మాట్లాడుకున్యారు.

తెల్లారినాంక ఎమ్మెల్యే తమ్ముడిని, కౌన్సిలర్‌ను టౌను కాన్నుంచి పిల్సకచ్చి ఎస్సై సంగతి ఏందో తేల్చుకోవాలని తీర్మానం చేసుకున్యారు. సర్పంచయ్య గట్టిగా పట్టుకొని కొత్త ఎస్సైని ఎట్లైయినా గానీ ట్రాన్సఫర్ చేయించాలని పట్టు

పట్టినాడు. అదే సంగతే చోటా, మోటా రాజకీయ నాయకులందరికీ చేరవేసినాడు. పొద్దున్నే అనుకున్యట్లు గానే పల్లె జనంతో సహా స్టేషన్ మీదికి పోయినారు. ఎమ్మెల్యే తమ్ముడొచ్చినాడు. కౌన్సిలర్ కాలర్ ఎగరేసినాడు. రోడ్డు కాయలు వ్యవహారం పెద్ద సంగతైంది. ఎస్పీకి గూడా రైతులు కాయితం రాయిచ్చి వచ్చినారు.

'జాతీయ రహదారి మీద కాయలు ఆరబోసుకుంటే రోడ్డు ప్రమాదాలు ఎక్కువగా జరుగుతాయని' ఎస్సై చెప్తాండే మాట ఎవరూ విన్పించుకోవడం లేదు. అరెస్టైయిన రైతులందరూ సంబరంగా కేకలేసుకుంటా బయటికొచ్చినారు. ఎమ్మెల్యే తమ్ముడికి జిందాబాద్‌లు చెప్పుకుంటా.

'మళ్ళా ఓట్ల పండగ వస్తాంది. ఈ సారి గూడా మన పార్టీనే గెల్సాల. రోడ్డు మీదనే కాయలు ఆరబోసుకుంటా వుండండి. మిమ్మల్ని ఎవరు అడుగుతారో జూస్తా. మళ్ళా గెల్సినాంక పల్లెలోని మిట్టమీద కంప చెట్లు కొట్టేయించి మీకు కాయలు ఆరబోసుకోను కల్లాలు చేయిస్తా. వ్యవసాయాధికారులతో మాట్లాడి ప్లాస్టిక్ పట్టలు యిప్పిస్తా చెప్పినాడు ఎమ్మెల్యే తమ్ముడు.

పల్లె జనం గట్టిగా కేకలేస్తా ఈలలు తో శబ్దాలు చేస్తా వుండారు.

రోజులు గడుస్తా వుండాయి.

ఎగువ పల్లె రైతులంతా ఎప్పటిలాగానే రోడ్డు మీదనే శెనక్కాయల్ని ఆరబోసుకుంటా వుండారు.

ఎవరు అడుగుతారు వాళ్ళని? నెల రోజులకంతా ఎస్సై బదిలీ జరిగిపోయింది. కత పూర్తిగా మొదటికొచ్చింది. ఎగువపల్లెను ఆనుకొని వుండే దిగువ పల్లె వాళ్ళు గూడా కాయల్ని రోడ్డు మీదనే ఆరబెట్టుకోవడం మొదలు పెట్టినారు.

ఒకర్ని జూసుకొని ఒకరు రోడ్డుకు ఆనుకొని వుండే పల్లెల్లోని రైతులందరూ రోడ్డు మీదనే కాయలు ఆరబెట్టుకుంటా వుండారు.

రేత్రి, పగలు రోడ్డు కాడ్నే కాపలా కాస్తా వుండారు.

కాయలకు మోట్లలో పెట్టే బండరాళ్ళు రోడ్డు మీద వాహనాలకు తగిలి ప్రమాదాలు జరుగుతానే వుండాయి.

జాతీయ రహదారి ఒకవైపు మొత్తం మూసుక పోయింది.

ఒన్ వే గా మారింది.

రోడ్డు కాయల్ని తిట్టుకుంటానే అందరూ ప్రయాణాలు చేస్తా వుండారు.

ప్రాణాలు పోగొట్టుకుంటా వుండారు.

ఇప్పుడు పోలీసోళ్ళు రోడ్డు దిక్కుగానీ, కాయల వైపుగానీ చూడ్డం లేదు.

మొన్న కారు పల్టీకొట్టి నలుగురు కాయల కాడ్నే ప్రాణాలిడ్సినారు.

నిన్న వ్యాను - లారీకి తగులుకొని ఆరుమంది నుజ్జు నుజ్జు అయినారు.

ఎప్పటిలాగానే తెల్లారిన్నాంక మూటెల్లోని శెనక్కాయల్ని రోడ్డు మీద ఆరబోసుకుంటానే వుండారు రైతులు నిమ్మళంగా!

***18 నవంబరు 2008***

# సావు జంపుగా వుంది!

"ఓర్నీ... ఇదేందో పెద్ద కతే అయినాదే... ఇట్టా అయితాదని ముందే తెల్సింటే ఆర్నెళ్ళ కిందంటే ఈ డబ్బు సంచులన్నీ పల్లెల్లోకి చేర్చుకునేటోళ్ళం. ఓట్ల రోజుకంతా సందులన్నీ తిరిగి జనానికి నాటు సారాయితో పాటూ పంచుకునేటోళ్ళం. ఇప్పుడు పెద్ద సావొచ్చి పడిందే." అని నెత్తి గోక్కుంటా తలపట్టుకొని వసారాలో వుండే పాతకాలం కరణం కుర్చీలో కూకున్నాడు పెద్దిరెడ్డి.

లోగా ఇంట్లో సంచుల నిండాకు కుక్కిన నూరు నోట్ల కట్టల సంచులన్నీ బియ్యం మూటల దిక్కు పడివుండాయి. దాన్ల మధ్యనే ఎలకలుగూడా శబ్దం చేసుకుంటా పారాడ్తా వుండాయి. పెద్దిరెడ్డికి ఈ వారమంతా ఇదే దిగులై పోయింది. డబ్బు సంచులను ఎట్లా పల్లెలోని తన కార్యకర్తలకు చేర్చాలో దిక్కు తెలియడంలేదు. పోలీసోళ్ళకు ఇంత పవరుంటాదని ఇప్పుడే తెలుస్తావుండాది. ఇప్పుడు స్టేషన్‌కు కొత్త సి.ఐ., కొత్త ఎస్సై వచ్చినారు. వాళ్ళకు తనకు పరిచయం లేదు. వాళ్ళ డ్యూటీ వాళ్ళు చేస్తా వుండారు. డబ్బు సంచులు దొరికితే చాలు స్టేషన్ కాడికి పిల్సకపోతా వుండారు.

నాల్గు రోజుల కిందట వీరాపురంకు పంపించిన నాలుగున్నర లక్షల సంచులన్నీ ఇప్పుడు స్టేషన్‌లోనే వుండాయి. తీసకపోతాండేటప్పుడు శివరామయ్య గాడికి మొత్తుకొని చెప్పినాడు. భద్రంగా పొమ్మని. వాడు ఇసుక ట్రాక్టర్లో మధ్యలో పెట్టుకొని ఇసుక కప్పుకొని పోతా వున్నాడు. ఈ సంగతి ఇంగో పార్టీ వాళ్ళకు తెల్సిపోయింది. వాళ్ళు ఊరికుంటారా? ఎస్సైకి ఫోన్ చేసి చెప్పినారు. రేత్రి మూడు దావల కాడ వస్తాండే ట్రాక్టరును ఎస్సై ఆపినాడు. ఇసుకంతా బోరింగు కాడ బొర్లిమన్యాడు. శివరామయ్య గాడు భయపడి పోయినాడు.

చమట తుడ్సుకుంటా ట్రాక్టరు ట్రాలీని పైకెత్తినాడు. ఇసుకతో పాటూ రెండు పెద్ద సంచులు బయట పడినాయి. విప్పిచూస్తే డబ్బు సంచులు గానీ! వాడింగా స్టేషన్‌లోనే వుండాడు.

ఇంటింటికి ఓటుకు నూరు కాయితం ఇచ్చేటోళ్ళు. ఎన్ని ఓట్లు వుంటే అన్ని నూర్ల కాయితాలు పంచేటోళ్ళు. ఇప్పుడు పల్లెలో గూడా మూడు పార్టీలొచ్చినాయి. ఎట్ల జూసుకున్యా ఓటుకు మూడు నూర్లు వస్తాదని జనం అనుకుంటాండిరి. గానీ పరిస్థితి అట్టా కనపడ్డం లేదు. 'ఎవరెవరు ఎంతెంతిస్తారా!' అని జనం చూపెట్టుకొని వుండారు.

టౌను కాన్నుంచి అంకిరెడ్డి అల్లుడు యాభైలక్షలకు నోట్లు సంచులకు నింపుకొని కారులో వస్తా వున్యాడు. రేత్రి ఒంటిగంటకు పెట్రోలు బంకు కాడ పోలీసోళ్ళు పట్టుకున్యారు. వాడు నవ్వి ఎమ్మెల్యేకు ఫోన్ చేసి మాట్లాడమని చెప్పినాడు. ఎమ్మెల్యే గట్టిగానే ఏందో చెప్పినాడు పోలీసోళ్ళకు. వాళ్ళు ఊకొట్టినారు. అట్నేలెమ్మని జెప్పినారు. తలాడించినారు. పని అయిపోయిందని అనుకున్యారు అందరూ. తీరా జూస్తే అంకిరెడ్డి అల్లుడు, యాభైలక్షల డబ్బు సంచులతో కల్సి స్టేషన్లోనే వుండారు. కొత్తగ వచ్చిన సి.ఐ. ఎమ్మెల్యే మాటను పట్టించుకోలేదు. ఎస్.పి.కి ఫోన్ జేసి అసలు సంగతి చెప్పినాడు. 'మీ డ్యూటీ మీరు చేయండి. ఏమైనా అయితే నేను చూస్కుంటా' అని భరోసా ఇచ్చినాడంట!

మామిడి కాయల వ్యాపారంజేసే నాయుడు గూడా తనకల్తాండడు. నాయుడు తమ్ముడికి ఎమ్మెల్యే టిక్కెట్టు పార్టీలోనే దొరికింది. డబ్బు ఖర్చు అయినా గూడా వెనకడుగు వేయకుండా వేలంపాటలో సవాల్ పాడినట్లు పాడి టిక్కెట్టు సొంతం చేసుకొని నియోజక వర్గానికి వచ్చినాడు.

పరిస్థితి ఇప్పుడే ఇట్టుండాదే. తీరా ఓట్లకాలం దగ్గరికొస్తాండేటప్పుడు ఇంగెట్ట తయారైతాదోనని భయం పుట్టుకొని నూరు కాయితాల సంచులను మామిడి కాయల లారీల్లోకి ఎక్కించినాడు నాయ్డు. గువ్వల చెరువు కాడ ఒక లారీని పోలీసోళ్ళు పట్టినారు. మామిడికాయల అడుగున వుండే డబ్బు

సంచులను వాసన పట్టినారు. జింకల కొండ దిక్కు పోతాండే లారీని అక్కడుండే పోలీసులు గాలమేసి పట్టినారు. తీరా ఇప్పుడు జూస్తే మొత్తం మూడు లారీలు, సొమ్ముతో సహా పోలీసు స్టేషన్ల దగ్గరే వుండాయి. నాయ్డు ఎం.పీ దెగ్గరికి పోయి తన ప్రయత్నాలు తాను చేసుకుంటా వుండాడు.

కాంట్రాక్టు పనుల్లో వాటాదారుడిగా చేర్చుకున్న బెంగుళూరు మిత్రుడు బసవసిద్ధప్పయ్య రేత్రికి రేత్రి ఇరవై లక్షల సొమ్ము దీసుకొని ఎమ్మెల్యే అభ్యర్థిగా పోటీ చేస్తాండే వాళ్ళ మామకు ఇచ్చేందుకు వస్తాండేటప్పుడు తనిఖీ జరిగింది. డిక్కీలో వెతికితే దొరక లేదు. కారు సీటు లేపి చూసినారు. ఇరవైలక్షల మొత్తానికి నూరు నోట్లు నవ్వుతా పలకరించినాయి. ఎమ్మెల్యే మామకి ఊపిరాడ్డం లేదు. తెల్సినోళ్ళందరికి ఫోన్లు జేస్తా వుండాడు విడిపించుకోవాలని పని కావడం లేదు.

"జనానికి లెక్క పంచకుంటే ఓట్లు వెయ్యరు. ఇది మనం జేసిన అలవాటనే. పచ్చనోట్లు పంచుదామని య్యాడ బయటికి దీస్తే ఆడ పోలీసులు వాల్తా వుండారు. సొమ్ము గుంజుకు పోతాండరు. కార్యకర్తలను లోపలేస్తావుండారు. ఈసారి ఇట్టేయితే గెల్సేది కష్టమే"నని యువనేత కాడికి పోయి అందరూ మొరపెట్టుకుంటాండరు.

"ఇదేంది సామీ... మన జీపులు, కార్లు అన్నీ స్టేషన్ల కాడనే పెట్టుకుంటా వుండారు. లక్షల సొమ్ము పట్టుకున్యారు. మనం గెల్సాలంటే యింగ మీరు రంగంలోకి దిగి పోలీసోళ్ళతో మాట్లాడాల్సిందేనని" ఎం.పీ.కి ఫోన్ల మీద ఫోన్లు కొడ్తా వుండారు అభ్యర్థులు.

కార్యకర్తలకు కాళ్ళూ చేతులు ఆడడం లేదు. పల్లెల్లో జనం మధ్యన తిరిగేది వీళ్ళే కాబట్టి జనం వీళ్ళను 'ఓటుకు నోటు' గురించి నిలదీస్తాండరు. 'డబ్బు సంచులన్నీ పోలీస్ స్టేషన్ల కాడ వుండాయని రెండు, మూడు రోజుల్లో ఎం.పీ. సార్ మాట్లాడి బయటికి తెస్తానే పల్లెల్లో ఇంటింటికి తిరిగి పంచుతామని 'నచ్చజెప్పుకుంటా వుండారు. ఎవరు ముందిస్తే వాళ్ళకే మా ఓటు' అని జనం గుర్తు చేస్తాండరు. బెదిరిస్తాండరు.

గోడల మీద రాతలు రాసుకొనేకి లేదు. కాయితాల్లో బొమ్మలు వేసుకొని ప్రచారం చేసుకొనేకి లేదు. బ్యానర్లు కట్టుకొనేకి లేదు. కరెంటు స్తంభాలకు రంగులేసుకొనేకి లేదు. మైకులో గట్టిగా మాట్లాడుకోను లేదు. బడి కాడ, గుడి కాడ చెప్పుకొనేకి లేదు. రేత్రి పూట ఎక్కువ సేపు మాట్లాడుకునేకి పరిష్మన్ లేదు. తృప్తిగా 'మందు' పంచుకొనేకి లేదు. పచ్చనోట్లు ఇచ్చుకునేందుకు లేదు. ఇదేం బతుకు? ఇవేం ఓట్లు... ఎట్టాటి కాలంలో పోటీకి దిగినాం? ఇట్లైయితే మేం గెలిచేది కష్టమేనని నిలబడిన అభ్యర్థులందరూ అధిష్టానాలకు మొరపెట్టుకుంటా వుండారు. నియోజక వర్గాల్లో తమ పేర్లు కూడా జనానికి తెలియకుండా పరిస్థితి తయారైందని కుమిలి కుమిలి ఏడుస్తా వుండారు. ఎవడి ఖర్మకి ఎవడు...!

ఈ రోజు పొద్దున్నే పల్లెలోకి వంకాయలు గంపలో పెట్టుకొని అమ్ముకుంటా వస్తాండే సుబ్బమ్మను పోలీసోళ్ళు పట్టుకున్నారు. గంపలో నలభైవేలు చిక్కినాయి. సైకిల్ మీద గవున్లు తెచ్చే మస్తాను దగ్గర అరవై వేలు నగదు చిక్కింది. వీళ్ళను గూడా పోలీసోళ్ళు మూసేసినారు.

కార్యకర్తలు దిక్కు తెలియక జుట్టు పీక్కుంటా నోటికొచ్చినట్లు తిడ్తా వుండారు.

పరిస్థితి సావుజంపుగా వుంది.

***7 ఏప్రిల్ 2009***

# దొమ్మ పొగరు

దిగువ ఇండ్లలోని నాగులప్ప కొడుకు పరమేశ పెండ్లి చేసుకున్నాడు.

వాళ్ళ మామ కట్నంలెక్క కింద ఇచ్చిన సొమ్ముతో ఆటో కొనుక్కొని అడ్డరోడ్డుకాడికి తోలుకుంటా వుండాడు. పల్లె కాన్నుంచి అడ్డరోడ్డు దావ వరకు తోలితే మూడు రూపాయలిస్తారు మనిషికి. ఎగువ ఇండ్లకాడ రైతులెక్కుతారు. వాళ్ళకు మధ్య సీటే ఇయ్యాల. ల్యాకుంటే కొట్లాటకు దిగుతారు.

ఆటో అడ్డురోడ్డు దిక్కుపోవాలంటే ఎగువ ఇండ్ల మధ్యలోని మట్టి దావెంబడే పోవాల. పల్లెలో రెండు పార్టీలుంటాయి. ఒకరంటే ఒకరికి సరిపోకుండా వుండాది. రెండు వారాల కిందట ఆటోలో మధ్యసీటు ఇయ్యలేదని జెప్పి రచ్చబండ కట్టకాడ చెన్నారెడ్డి పెద్దకొడుకు ఆటోను నిలబెట్టి పరమేశ చొక్కా పట్టుకొని కిందకు గుంజి కడుపులో కుమ్మినాడు. ముక్కులోంచి నెత్తురు వచ్చింది. సర్పంచయ్య దగ్గరికిపోయి తన కొడుకును కొట్టిన సంగతిని నాగులప్ప బాధగా చెప్పుకున్నాడు. సర్పంచయ్య చిక్కంగా నవ్వినాడు. వయసులో వుండే పిల్లోళ్ళు ఏందో మాటా మాటా అనుకొని కొట్టుకుంటా వుంటారు. మళ్ళా కల్సిపోతా వుంటారు. ఆటోలో ఎంత జనం వున్నా ఎగువ ఇండ్లకాడికి వస్తానే ఆడఎక్కేటోళ్ళకు మధ్యసీటులో జాగా ఇయ్యాలని సర్పంచయ్య చెప్పకనే చెప్పినట్లు అయ్యింది.

'ఎందుకొచ్చిన కొట్లాటలు ఆ ఎగువ ఇండ్లకాడ ఆటో నిలబెట్టను. నా పనికొద్ది నేనుపోతాను' అని వాడంతకు వాడే అనుకున్నాడు పరమేశ. ఆ సంగతే నాయన నాగులప్పకు తేల్చి చెప్పినాడు.

'రొంత సూసుకొని పోరా పాపోడా... పల్లెలో వుండేటోళ్ళతో కష్టం. మనం రొంత పచ్చగా ఎదుగుతాంటే చూళ్ళేరు' అని తనమాట చెప్పినాడు నాగులప్ప. యింగ మర్నాడు కాన్నుంచి పరమేశ మళ్ళా ఆటో ఎక్కినాడు. దిగువన చింతమాను సత్రంకాడనే నిలబెట్టుకుంటా వుండాడు. 'ఒకసారి నెత్తరొచ్చేటట్టు కొట్టినా వీడికింకా బుద్ధిరాలేదని' దుమ్మెత్తి పోస్తాండిరి. ఇట్టాటివన్నీ పట్టించుకోకుండా పరమేశ నిబ్బరంగా ఆటో తిప్పుకుంటా వుండేటోడు. వారం గడ్సిన తర్వాత చెన్నారెడ్డి పెద్దకొడుకు టౌనుకు పోయి తెల్సినోళ్ళ దగ్గర లోనుకు కొత్త ఆటో కొనుక్కొచ్చినాడు.

దిగువ ఇండ్లలోని అంకన్నగాడికి పోటీగా రోజుకూలీ కింద ఆటో పెట్టుకొని తిప్పమన్యాడు. ఈ కొత్త ఆటోతో పల్లెలో ఆటోలు మొత్తం నాల్గు అయినాయి. మట్టిరోడ్డు ఎంబిడి దుమ్ము రేపుకుంటా అడ్డరోడ్డు కాడికి రయ్యి రయ్యిమని తిరుగుతా వున్యాయి. పల్లెలో ఆటోలు పెరిగినాంక పరమేశ ఇంగరొంత పైకి రాగిమాను సత్రం కాన్నుంచి ఆటో తిప్పుకోవడం మొదలు పెట్టినాడు. ఆ పక్కనుండే పల్లెజన మందరూ ఈ ఆటోనే ఎక్కుతా వుండిరి. ఈ సంగతి గూడా చెన్నారెడ్డి పెద్దకొడుకు చెవిలో పడింది. యింగేముండాది? నెలకంతా ఇంగో కొత్త ఆటోతెచ్చి జాన్సన్ గాడిని డ్రైవరుగా పెట్టుకొని రాగిమాను సత్రంకాన్నుంచి పోటీకి ఆటో తిప్పుకుంటా వున్యాడు. దీంతో పరమేశకు ఆదాయం తగ్గింది.

పల్లెల్లోని ఇండ్లకాన్నుంచి రైస్‌మిల్ కాడికి, అన్నుంచి బియ్యం ఆడించుకొని ఇండ్లకాడికి చేర్చేపని పెట్టుకున్యాడు. శనక్కాయల్ని టౌనులో ఆయిల్‌మిల్లుకు చేర్చడం ఒప్పుకున్యాడు. ఇది రొంత బాగానే పుంజుకునింది. పరమేశ మీదికి పోటీకి పల్లెలో ఇప్పుడు పది ఆటోలు వచ్చినాయి. ఒకరిద్దరు ఎక్కితే చాలు అడ్డరోడ్డుకాడికి దింపను ఆటోలు పోవాల్సి వస్తావుండాది. ఈ పోటీ పోను పోనూ ఎగువ, దిగువ ఇండ్ల మధ్య దూరం పెంచసాగింది.

'నాయనా... వాళ్ళతో మనకెందుకుగానీ పోటీ ఆటో అమ్మేయ్... ఎవర్దో ఒకర్ది భూమి కౌలుకు తీసుకొని జేసుకుందాం. ఇంటిల్లిపాది పనిచేసుకొని బతుక్కోవచ్చు' అని నాగులప్ప కొడుకుని కూర్చోబెట్టుకొని జెప్పినాడు. తల్లి లక్షుమ్మ, పెండ్లాం అరుణమ్మ, పరమేశకు పోరుపెడ్తానే వుండారు.

అట్నే ఇంగోవారం గడ్సింది. శనివారం పగలంతా ఆటో తిప్పుకొని రేత్రి ఇంటికొచ్చినాంక ఆటోను చింతమాని కింద పెట్టి ఇంట్లో పండుకొన్యాడు పరమేశ. నడిరేత్రి ఎవరో గట్టిగ కేకలేసి అర్సినారు. ఏమైందో ఏమోనని ఉరుకుతా పోయి చూసినారు. ఏముండాది? ఆటోకు ఎవరో అగ్గిపెట్టినారు మంట మండిపోతా వుండాది. గుండె రగిలిపోతాంది. దిగువ ఇండ్లలోని జనమంతా ఎగబడి జూస్తాండరు. ఎవరు కాల్చి వుంటారో అందరికీ తెలుసు. కానీ అడిగేంత ధైర్యం ఎవరికుండాది? పరమేశ పోలీస్ స్టేషన్‌కు పోయి కేసుపెట్టి వచ్చినాడు మొండికిపోయి.

'వీడికింకా దొమ్మపొగరు తగ్గలేదని' ఎగువ ఇండ్లలోని వాళ్ళు అనుకుంటాండిరి. నాగులప్ప కౌలుకు గుట్టకింద భూమిని తీసుకున్యాడు. ఇంటిల్లిపాది భూమిని జూసుకుంటా, పొద్దు తిరుగుడు పూలు వేసుకున్యారు. దిగువ ఇండ్లలోని వాళ్ళకు పనిల్యాకుండా చేయడానికి రైతులు వరికోత యంత్రాన్ని టౌనుకాన్నుంచి తెప్పించుకొని పని చేసుకుంటా వుండారు. పల్లె రెండు ముక్కలైంది.

ఇదో ఇక్కడే ఈ కత మలుపు తిరిగింది. వస్తాండే ఎన్నికల్లో చెన్నారెడ్డి అల్లుడికి పార్టీ టిక్కెట్టు ఖరారైంది. దిగువ ఇండ్లలోని ఓట్లు పోతే ఇంగేముండాది? పెద్ద సావొచ్చి పడిందని తిట్టుకుంటా. నాగులప్ప ఇంటికాడికి చెన్నారెడ్డి పోయినాడు. జరిగిందేదో జరిగిపోయింది పల్లెంతా కల్సిమెల్సి ఉంటే బాగుంటాదని నచ్చచెప్పినాడు.

ఇందిరప్రభ కింద గుట్టకింద భూములు మంజూరు చేయించుకొని దున్నేటోళ్ళకే వచ్చేటట్లు చేస్తాండరు. పరమేశకు కొత్త ఆటోకొనిచ్చినారు. వాడు ఆటో వెనుక 'దొమ్మపొగరు' అని రాసుకొని తిప్పుకుంటా వుండాడు.

ఓట్ల పండగా... మజాకా!

***24 ఫిబ్రవరి 2009***

# నక్షత్ర తాబేళ్లు

పల్లెలోని రామాంజికి పదైదు దినాల్నుంచి ఇదే పని అయిపోయింది. లంకమల అడవి దిక్కు పొద్దున్నే సద్ది కట్టుకొని పోతాండడు. వానితో పాటూ సత్రంకాడ దిన్నం కూకొని మేకాపులి ఆడే సవాసగాళ్ళు కూడా వాడెమ్మిడే కొండలు పట్టుకొని తిరుగుతాండరు. అంతకు ముందు అయితే వీళ్ళే కలివికోడి కోసం వెతుకుతాండిరి. అది ఎవరికీ కనపడలేదు. ఇప్పుడు వీళ్ళు 'నక్షత్ర తాబేలు' కోసం దిన్నం తారాడుకుంటా పోతాండరు.

లంకమల అడవి దట్టంగా అల్లుకొని వుండాది. దాంట్లోకి అడుగుపెట్టాలంటే కూడా పెద్ద పెద్దపోటు మొనగాళ్ళు కూడా జంకుతారు. పులులుండాయని ఎప్పట్నుంచో చెప్తానే వుండారు. అయినా అన్నీ గాలికి యిడ్సిపెట్టి రామాంజి నక్షత్ర తాబేళ్ళ కోసరం కొండలో వెతుకుతాండడు. దొరికితే వాడి పంట పండినట్లే. వాడికి అడవి కొత్త కాదు. అడవికి వాడు కొత్త కాదు. ఇంతకు ముందు ఎర్రచందనం స్మగ్లింగు కేసులో కూడా రామాంజి రెండుసార్లు చెన్నై చెక్‌పోస్టు దగ్గర పోలీసోళ్ళకు దొరికి మళ్ళా బయటికొచ్చినాడు. ఈ మధ్యన బెంగుళూరు వ్యాపారస్థులతో పరిచయం పెరిగింది. వాళ్ళు నక్షత్ర తాబేళ్ళు కావాలని చెప్పి రొంత లెక్కజేబులో అడ్వాన్సు కూడా పెట్టిపోయినారు. అప్పట్నుంచి రామాంజి ఇదే పనిమీద వుండాడు.

లేత గోధుమ రంగులో, నలుపు మచ్చలు నక్షత్ర రూపంలో వుండి, దేహం పసుపు చారలతో వుండే నక్షత్ర తాబేళ్ళు కొండలో దండిగా య్యాడ జూసినా వుండాయి. పొడి వాతావరణంలో గుబురుగా వుండే గడ్డి పొదల్లో ఇవి తిరుగుతావుంటాయి. పెద్ద కష్టపడకుండానే దొరుకుతాయి. ఒక్కోదానికి నూట

యాభై రూపాయల కాన్నుంచి రెండొందల యాభై దాకా యిచ్చి వ్యాపారస్తులు కొంటా వుంటారు. ఇట్లా ఇప్పటికే రోజూ పొలం పనులకు పోతాండేటోళ్ళు చాలా మంది ఆ పని మానేసి తాబేళ్ళను వెతికి వ్యాపారస్థులకు అమ్ముకునే పనికి పూనుకుంటా వుండారు.

నక్షత్ర తాబేళ్ళు పూలను, ఆకులను ఆహారంగా తింటాయి. సంవత్సరానికి మూడు తూర్లు గుడ్లు పొదుగుతాయి. శేషాచలం, లంకమల, నల్లమల అడవుల్లో దీని సంతతి బాగా విస్తరించి వుండాదని చెప్తావుంటారు. తాబేళ్ళను స్మగ్లింగ్ చేసే ముఠాలు జూపెట్టుకొని వుండాయి. ఎవరమ్మినా కొనేదానికి పూనుకొని వుండారు. వాళ్ళకు చేతినిండా డబ్బు కురిపించే వ్యాపారమిది. ఇక్కడ వెతికి తెచ్చిచ్చేటోళ్ళకు నూటాయాభై చేతిలో పెడితే సరిపోతుంది. అదే తాబేళ్ళను విదేశాల్లో లక్షకో, లక్షన్నరకో అమ్ముకుంటారు.

ఔషధాల్లో, మందుల్లో దీన్లను వాడ్తావుండారని, శుభకార్యాలు, పూజా కార్యక్రమాల కోసం విదేశాల్లో కొంటా వుండారని రకరకాలుగా చెప్పుకుంటా వుండారు. దశల వారీగా చేతులు మార్తా స్మగ్లింగ్ నడుస్తా వుందని చివరాఖరికి విదేశాలకు నక్షత్రతాబేళ్ళు చేర్తాండయని ఫారెస్టోళ్ళు కూడా చెప్తాండరు.

విదేశాల్లో వాళ్ళకు ఈ తాబేళ్ళు ఇండ్లలో పెట్టుకొని సాక్కుంటే అదృష్టం కలిసివస్తాదని నమ్మకమని శుభసూచికంగా దీన్లను కొని పెంచుకుంటా వుండారని అనుకుంటా వుండారు. చైనా, హాంకాంగ్, థాయ్‌లాండ్, ఇండోనేషియా దేశాల్లోని వాళ్ళు ఆడ, మగ తాబేళ్ళను కలిపి ఇండ్లలో పెంచుకొనేదానికి లక్షలిచ్చి కొంటా వుండారు.

ఇట్లా కొండల్లో, అడవుల్లో గాలించి పట్టుకున్న తాబేళ్ళను మంగుళూరుకు గానీ, చెన్నైకి గానీ చేర్చుకొని అన్నుంచి విదేశాలకు నౌకలద్వారా గానీ, విమానాల ద్వారా గానీ స్మగ్లింగ్ చేస్తాండరని పోలీసోళ్ళు కూడా కనుక్కున్యారు. అందుకే య్యాడజూసినా నిఘా పెట్టాండారు. కుప్పలు కుప్పలుగా నక్షత్ర తాబేళ్ళు వాళ్ళకు దొరకుతావుండాయి. దాన్లను ఏం చేసుకోవాలో తెలియక కొన్నిసార్లు మళ్ళా అడవుల్లోకే తెచ్చి వదుల్తా వుండారు.

అంతకుముందు దీన్ల గురించి ఎవరికీ తెల్సింది ఏమీలేదు. దిన్నం రోడ్ల మీద, గుబురు పొదల్లో, కొండ దిక్కు చూస్తానే వుండేటోళ్ళు. ఆ నక్షత్ర తాబేళ్ళను కొంటారని ఎవరికీ తెలీదు. రెండు, మూడు సంవత్సరాల క్రితం నుంచి దీన్లకు డిమాండ్ పెరిగి పోయింది.

ఎవరెవరో కొత్త మనుషులు పల్లెల దిక్కు వస్తావుండారు. దీన్ల గురించి అడుగుతాండరు. పచ్చనోట్లు తీసి చూపించి ఆశపెడ్తాండరు. పల్లెలో పనులు లేనోళ్ళు కొండకు పోయి దీన్లను వెతుకుతాండరు. వెంకటేశుగాడు ఇప్పటిదాకా అరవై కాడికి దీన్లను అమ్ముకొని సంపాదించు కున్యాడు. గురువయ్య అయితే అట్టపెట్టెలో పెట్టుకొని లారీకి బెంగుళూరుకు పోయి అమ్ముకొని సొమ్ము చేసుకొని వచ్చినాడు. అట్నే మస్తాను గూడా ఇదే వ్యాపారమే మరిగినాడు.

కాలం గడుస్తా వున్నింది. వీళ్ళందరూ ఇట్లా అమ్ముకుంటానే ఫారెస్టోళ్ళకు చిక్కిపోయినారు. వాళ్ళు లోపలేసినారు. అయినా, సానిపాయరేంజ్ పరిధిలోని ఫారెస్టులో మొన్నటికి మొన్న రెండు వందల నక్షత్ర తాబేళ్ళు పట్టుకున్యారు. రోంతలో స్మగ్లర్ల చేతిలో పడి విదేశాలకు పోవాల్సినదాన్లను పట్టుకోవడంతో అవి ఊరిపి పీల్చుకున్యాయి. వాళ్ళెవరో చింతామణికి చెందినవాళ్ళు వీరబల్లి, సుండుపల్లె మండలాల్లో వుండి యిట్లాటి వ్యాపారం చేస్తా వుండారని కూడా అనుకుంటాండరు. వీళ్ళందరూ కల్సి బెంగుళూరు ఎయిర్ పోర్ట్ ద్వారా చైనాకు దీన్లను పంపుతాండరని విచారణలో కూడా తేలింది.

ఇట్టాటి ఎన్ని కేసులు వచ్చినా అడవిలో దీన్లను పట్టి అమ్ముకోవాలని చూసేటోళ్లు చూస్తానే వుండారు. రామాంజితో సహా పల్లెలోని ఇంకా నలుగురు వారం రోజులు కాన్నుంచి లంకమలలో జల్లెడపట్టి శోధిస్తానే వుండారు. ఈ దినం మధ్యాహ్నం సంచిమోసుకొని నిమ్మళంగా వచ్చినారు అందరూ.

దిగువ ఇండ్లలోని జయలక్షుమ్మ చిన్నకొడుకు మునెయ్య గాడు తిరప్తికి పోతాండనని చెప్పినాడు.

రేణిగుంట రైల్వే స్టేషన్ దగ్గర దిగినాడు.

హౌరా ఎక్స్‌ప్రెస్ ఎక్కినాడు.

రైల్వే పోలీసులు పట్టుకున్నారు.

వాడికాడుండే పెట్టెలో ఇరవై నక్షత్ర తాబేళ్ళు చిక్కినాయి.

వాడ్ని ఆడ్నే లోపలేసి వుండారు.

యిడిపించేకి వాళ్ళింట్లో వాళ్ళు మూడు చెరువుల నీళ్ళు తాగాల్సి వస్తాంది.

రేత్రి పల్లెలోకి వచ్చిన ఫారెస్టోళ్ళు గుడిసెలన్నీ టార్చిలైట్లు వేసుకొని గాలించినారు. యాబై కాడికి నక్షత్ర తాబేళ్ళు దొరికినాయి.

'మీకు ఎన్నిసార్లు చెప్పినా బుద్ధిరాదు. పాండి... స్టేషన్‌కు అని' రామాంజిని, వాడితో తిరిగేటోళ్ళను కూడా పట్టకపోయినారు. గంపలోని నక్షత్ర తాబేళ్ళు స్వేచ్ఛ పొందినట్లు నేల మీద తిరుగుతాండయి. దాన్లను 'జూ' కోసం పట్టుకపోయినారు.

పల్లెలో యిప్పుడు ఈ తాబేళ్ళ కతనే అందరూ చెప్పుకుంటా వుండారు.

***6 అక్టోబరు 2009***

# కుందూ వరద

కార్తీకమాసోత్సవాలు వస్తా వుండాయి దగ్గర్లోనే. ఎర్రమల కొండల్లో వెలసిన బాలప్పకోనలోని బాల మల్లేశ్వరస్వామి క్షేత్రానికి పోవాలని వుండాది. తాడిపత్రికాన్నుంచి, జమ్మలమడుగు డిపోలన్నుంచి బస్సులు తిప్పుతారు. సోమారం య్యాడన్నుంచో భక్తులందరూ వస్తారు. జూసేదానికి రెండు కళ్ళూ చాలవు. ఇప్పుడు దీని గురించి ఎవరు మాట్లాడుకుంటా వుండారు? ఎవరికి పట్టింది?

ఎగువన కుందూనదికి వరదలొచ్చినాయి.

కుందూ పొంగుతావచ్చి పది మండలాల్ని నిండా ముంచి నిమ్మళంగా తన దారెమ్మిడి తాను పోయింది. యింగేముండాది? కట్టుకున్న ఇండ్లు కూలిపోయినాయి. మేపుకుంటాండే పశువులు కొట్టుకొని పోయినాయి. కట్టుకోవడానికి గుడ్డలు గూడా లేవు. యింత కాలం సంపాదించుకున్నదంతా నీళ్ళ పాలైంది. ప్రాణాలొక్కటి మిగిలినాయి. వరద తెచ్చిన బురదను అక్కడ పదిరోజుల్నుంచి కడుక్కుంటా వుండారు.

ఆ దిక్కు కుందునది దగ్గర వుండే వరద బాధితులకు సహాయం చేయడానికి అందరూ ముందుకు రావాలని పంచాయతీ కాడ తీర్మానం జరిగింది. పల్లెలో వారం దినాల్నుంచి ఇళ్ళిళ్ళు తిరిగి వరద బాధితులకు సహాయం చేసేదానికి కాళ్ళకుగాన్లు కట్టుకొని వీధుల్లో తిరిగినారు.

వరద సహాయం కోసరం పల్లెలోని పిల్లోల్లు బృందంగా ఏర్పడి అన్నీ వసూలు చేసినారు. బియ్యం మూటలు కట్టి ట్రాక్టర్‌కు ఎత్తినారు. పాతగుడ్డలు సంచులకు కుట్టి దానిపైన వేసినారు. వసూలైన డబ్బు కట్టలు కట్టి

లెక్కతేల్చినారు. యింగ వరద ప్రాంతాలకు సహాయం యిచ్చి వస్తామని పల్లెలో చెప్పి రేత్రికి రేత్రి బయలుదేరినారు. పోయినోళ్ళు పోయినట్లు నాల్గుదినాలుండి వచ్చినారు. కుందూనది వుండే పూర్ల దిక్కు వచ్చిన వరదల్ని కళ్ళకు కట్టినట్లు వాళ్ళు చెప్తాంటే అందరూ నోళ్ళు వెళ్లబెట్టి వింటావుండారు. సహాయం చేసి మేలైందని రోంత సంతోష పడ్తిమి. చెమ్మ నిండిన కండ్లతో సర్దుకపోతిమి. నిన్న ఏమైంది? కేశవన్నగాడ్ని బండెన్న కొట్టినాడు. ఇద్దరూ సత్రం దిక్కు ఇస్పేటాకులు ఆడేదానికి పోయి కొండకాడుంటే మోరీ దగ్గర తన్నుకున్యారు. రచ్చబండ కాడ పంచాయితీ జరిగింది. దుడ్లకోసరం ఎప్పుడూ ఇట్లాటి కొట్లాటలు పల్లెలో జరుగుతానే వుంటాయి మామూలుగా. కానీ ఈసారి పంచాయితీ అడ్డం తిరిగింది.

వీళ్ళు కొట్లాడుకునింది గూడా ఇప్పుడు దుడ్లకోసరమే. అయితే ఆ డబ్బు వరదసాయం కోసం సేకరించిన విరాళాల సొమ్ము. యింకేముండాది? విషయం వింటే గుండె మండిపోతాంది. వీళ్ళే పల్లెలో వరదకోసం డబ్బు వసూలు చేసినోళ్ళు.

బాలరాజు మామ యింకా పల్లెలోకే రాలేదు. బియ్యం మూటలు టౌన్లో కిరాణాకొట్లులో అమ్ముకున్యాడని వీళ్ళే తేల్చిచెప్పినారు. పాతగుడ్డల్ని గూడా టౌన్లోనే రోడ్డు దిక్కూ పాతబట్టలు అమ్ముకునే వ్యాపారులకు అమ్మేసినారని గూడా అప్పుడే తెల్సింది. జనానికి చుక్కలు కనపడినాయి. పట్టపగలే వరద కోసం వసూలైనవన్నీ వీళ్ళ జల్సాఖర్చుల కోసం అమ్ముకున్యారని తెల్సిజనం మండిపడినారు. ఏమైతాది? పల్లె యిడ్సి పోయినోళ్ళు ఇంకొంతమంది ఇంకా పల్లెకే రాకుండా అక్కడే టౌన్లో జల్సాగా తిని, తాగి అనుభవిస్తూ వుండారని బండెన్న చెప్పినాడు నిజాయితీగా.

ఇట్టాటోళ్ళను నమ్ముకొని యింగెప్పుడూ బుద్ధి వుంటే పైసా దానంగానీ ధర్మంగానీ చేయకూడదని పల్లెలోని జనం అనుకున్యారు. నోటికొచ్చినట్లు తిట్టుకుంటా వాళ్ళముఖాన థూ అని ఎంగిలిమూసి ఆన్నించి అందరూ ఇంటిదారి పట్టిపోయినారు.

'వీళ్ళు ఎప్పటికి మార్తారో కదరా సామీ' అని వీళ్ళను పుట్టించిన తల్లిదండ్రులు గూడా ఆడికే వచ్చి దుఖ్ఖపడిరి. కేశవన్న ముఖాన యింత మన్ను తీసుకొని వాళ్ళమ్మ ఎగజల్లిపోయింది. 'తలకిందుల తపస్సు చేసినా నువ్వు మారవు కదరా!' అని వాళ్ళనాయన నీచంగా తిట్టినాడు. పల్లెలో దీన్ని ఎవరూ మర్సిపోల్యాకుండా వుండారు ఇప్పటికీ.

యింగ పల్లెలో జ్వరాల సంగతి ఎంత తక్కువ చెప్పుకుంటే అంత మంచిదిగా వుండాది. ఇంటికొకరు నులక మంచంలో ముక్కుతా, మూల్గుతా దుప్పటికప్పుకొని పండుకొని వుండారు. ఒకరికి పోతే ఒకరికి మాయదారి జ్వరాలు అల్లుకుంటా వస్తాండయి. చికెన్‌గున్యా, డెంగ్యూ, స్వైన్‌ఫ్లూ అని ఏవేవో పేర్లు చెప్పుకొని వణికిపోతాండరు. తాగేనీళ్ళు బాగో లేవని అందరికీ టైఫాయిడ్ జ్వరాలు వస్తాండయని, వరద లొచ్చినప్పటి నుంచి నీళ్ళు రంగుమారిపోయినాయని చెప్పుకుంటా వుండారు.

వానాకాలం కురిసిన నీళ్ళుయ్యాడ జూసినా నిలబడిపోయి దోమలు వీరవిహారం చేస్తాండాయి. దాన్లనుంచి మలేరియా అందరికీ వ్యాపిస్తా వుండాది. ఇట్టాటి జ్వరాల గురించి పట్టించుకునేటోళ్ళు ఎవరుండారు? చిన్న చిన్న పసిపిల్లోళ్ళ పరిస్థితి గూడా ఎవరికీ కాబట్టకుండాపోయింది. గవర్నమెంటు ఆసుపత్రి వాళ్ళు ఈ దిక్కు జూసిందేలేదు. మాత్ర బిళ్ళగానీ, మందు సూదిగానీ వేసిందేలేదు. రోగాలతో పల్లె తనకలాడిపోతాంటే కూడా ఒక్కరైనా వచ్చి చూసిన పాపాన పోలేదు.

లార్వా సర్వేకోసం ఎవరైనా ఆఫీసర్లు వస్తారని రెండ్రోజుల కిందట చూసినా ఎవరూ రాలేదు. తలకిందుల తపస్సు చేసినా ఆరోగ్యశాఖ వాళ్ళు పల్లెల దిక్కు రారని తేలిపోయింది. కరెంటు పరిస్థితి గూడా అంతంత మాత్రంగానే వుంది. విద్యుత్‌కోత వేళలు ఎవరు చెప్తాండరు? పైన విద్యుత్ కేంద్రం దగ్గరే బొగ్గు కొరత కారణంగా యంత్రాలు పనిచేయడంలేదని అందుకే కరెంటు ఇయ్యలేకపోతాండమని లైన్‌మెన్ చెప్తాండడు. సబ్‌స్టేషన్‌ను ముట్టడిస్తేగానీ

వీళ్ళు మట్టసనంగా కరెంటు ఇయ్యరని అందరం అనుకొని తెల్లార్తానె పోవాలని నిర్ణయం తీసుకొని వుండాము. ఈ విషయే టౌన్లోని ఎమ్మెల్యే, కౌన్సిలర్‌లతో మాట్లాడేకి పోయినప్పుడు మా గతేందో మాకర్థమైంది.

మా పల్లెలకు వరదలొచ్చినా, వరద సమాయం గోల్‌మాల్ అయినా, జ్వరాలొస్తా వున్నా, కరెంటు, నీళ్ళు, బియ్యం లేవని చెప్తాంటే గూడా వాళ్ళు వినేపరిస్థితిలేరు.

వాళ్ళ రాజకీయ పార్టీ వ్యవహారాలు మాట్లాడుకుంటా వుండారు. వాళ్ళ నాయకుడి గురించి చర్చించుకుంటా వుండారు.

రిలే దీక్షలు చేసేదానికి పూనుకుంటా వుండారు. చూస్తుండగానే నినాదాలు ఇస్తావుండారు.

పల్లెన్నుంచి అర్జీకాయితం రాసుకొని పోయిన మాకైతే ఏందీ అర్థంకాక ఒకరి ముఖాలు ఒకరం చూస్కొని తలగోక్కుంటా వెనక్కి ఎర్రబస్సు ఎక్కితిమి.

సోమారం బాలప్పకోనకు పోయి ఆ దేవుడికైనా మా మొర పెట్టుకోవాలని వుండాం!

***27 అక్టోబరు 2009***

# కరెంటు ఉచ్చు

కరెంటు రాక వారం దాటిపోయింది.

సబ్ స్టేషన్ దగ్గరికి పల్లెలోని రైతులందరూ చేరుకున్నారు. కేకలేస్తావుండారు.

ఏఈ య్యాడున్యా వచ్చి పంచాయితీ చేయాలని కరెంటు ఆఫీసు కాడ్నే ధర్నాకు కూకున్యారు.

ఆయప్ప ఈ సంగతి తెల్సుకొని బెదిరి పైఆఫీసర్ల కాడికిపోయి ముడుక్కొని వుండి పోయినాడు. మిగతా సిబ్బందిని ఆఫీసులోనే పెట్టి బయట తాళం వేసినారు రైతులు.

పదైదు రోజుల్నుంచి కరెంటు కోతతో రైతులు అల్లాడి పోతాండరు. వ్యవసాయానికి ఇయ్యాల్సిన ఏడుగంటల కరెంటు నాల్గుగంటలు మాత్రమే వాళ్ళిస్తా వచ్చినారు. రైతుల నెత్తీ నోరూ మొత్తుకొని చెప్పుకున్యారు పంటలు ఎండిపోతా వుండాయని!

'మా చేతుల్లో ఏం వుండాది? పై నుంచే కరెంటు రావడంలేదు. మెయిన్ సప్లయ్ సరిగ్గా లేదు. ఏఈ సార్‌తో మీ సంగతి మాట్లాడుకోపోండి. రోజూ సబ్‌స్టేషన్ కాడికొచ్చి మాతో కొట్లాడతావుంటే బాగుండదు. ఎండినా, ఏడ్చినా మా దగ్గరకాదు. మీకు చేతనైంది చేస్కోపోండి' అని సబ్‌స్టేషన్ సిబ్బంది రైతుల మీద మండిపడ్తా ఎగిరినారు.

'సామీ... పెద్దోళ్ళు మీరే అట్టంటే మేము య్యాడికి పోయి మాగోడు చెప్పుకోవాల? కరెంటు వచ్చినట్టే వస్తాంది. మధ్యలోనే పోతాంది. మాటి మాటికి ఇట్లా పోతావస్తాంటే పంట ఏంగావాలా? పది ఎకరాల అరటితోట

పెట్టుకుంటి. కరెంటు ఇయ్యలేమని ముందు చెప్పి వుంటే పంట వేసుకోకుండా వున్నిందుకదా! అని కళ్ళలో కన్నీళ్ళు పెట్టుకున్యాడు రైతు చిన్న కొండారెడ్డి. మెయిన్ సప్లయ్ నుంచే కరెంటు రావడం లేదా? ఏఈ ఇట్లా నాటకాలు అడ్తావుండాడా? రైతులతో కరెంటోళ్ళు ఎందుకు ఆటాడుకుంటా వుండారో తెలీకుండా వుండాది. ఇట్నే లింగాల మండలంలో గూడా రైతులు సబ్‌స్టేషన్ కాడికిపోయి ధర్నాకు కూర్చున్యారు. సబ్‌స్టేషన్ పరిధిలోకి వచ్చే అంబక పల్లె, దిగువ పల్లె, మురారిచింతల గ్రామాల రైతులు గూడా ధర్నా చేసేకి వచ్చినారు తోడుగా. ఇది జరిగి వారం రోజులు దాటిపోయింది. ఇదో ఇప్పుడు అట్టాటి సమస్యే మళ్ళా ఎగువపల్లెకు కూడా వచ్చింది.

మూడు ఎకరాల అరటి, నాలుగు ఎకరాల్లో వేరుశెనక్కాయ వేసిన పడమటిపల్లె రైతు లింగన్నకు పదురెత్తుకుంటా వుండాది. కరెంటోళ్ళ మాట ఎత్తుకుంటే అగ్గికురుస్తా వుండాడు. వాళ్ళను నోటికొచ్చినట్లు బూతులుతిడ్తా వుండాడు. వాడిబాధతీర్చను అలివికాకుండా వుంది. సాంకేతిక కారణాలవల్లనే రైతులు కరెంటు ఇయ్యలేక పోతాండమని పల్లెల్లో తిరిగే లైన్‌మెన్‌లు చెప్పి తప్పించుకుంటాండరు. మెయిన్ సప్లయ్ రాకుండా ఎందుకుండాదో ఎవరు చెప్తాండరు? కరెంటోళ్ళకు రైతులంటే విలువల్యాకుండా వుండాది. 'మీరు మమ్మల్ని ఏం చేస్తారు. మా జోలికొస్తే పోలీస్ స్టేషన్‌లో కేసులు కట్టిస్తాం. జాగ్రత్త! అని హెచ్చరిస్తా వచ్చినారు కరెంటోళ్ళు.

మనకు, వాళ్ళకు ఎప్పటికైనా తప్పదు. కొట్లాటలు, గొడవలు ఎందుకు లెమ్మని రైతులు నిరామయంగా వుంటా వచ్చినారు. తీరా చూస్తే ఎప్పుడిట్లా అధ్వాన్నంగా తయారైంది.

రోజుకు నాలుగు గంటలు కోత వేస్తా వచ్చినారు. ఏడు గంటల కరెంటు ఇస్తేగానీ నేల తడిసేది కాదు. అట్టాటిది నాలుగు గంటలిచ్చి చేతులు దులుపుకుంటే రైతులు ఏం చేస్తారు? అందుకే రోడ్డుకెక్కినారు. సబ్‌స్టేషన్ ముందు ధర్నాకు కూకున్యారు. సిబ్బందిని ఆఫీసు లోపలేసి బయట తాళాలేసినారు. ఏఈ చేసిన పనికి సబ్‌స్టేషన్ కాడికొచ్చి రైతులందరికి క్షమాపణ

చెప్పాలని నినాదాలు ఇచ్చినారు. నీటి తడిపెట్టక పంటలన్నీ ఎండిపోతా వుండాయి. 'ఇదో ఈ రోజు ఇస్తాం. రేపిస్తాం. మెయిన్ లైన్లో ప్రాబ్లం వుండాది. సాయంత్రానికి రిపేర్‌చేస్తాం. రేపట్నుంచి బాగుంటాదని' ఒక్కక్కరు ఒక్కోరకంగా కరెంటోళ్ళు మాయమాటలు చెప్తా వచ్చినారు. తీరా జూస్తే పంటలు ఎండిపోతా వచ్చినాయి. శెనక్కాయ వేసుకున్న రైతులను ఆదుకోవాలని, ఎండిపోయిన వేరుశెనక్కాయ పంటకు ఎకరాకు ఐదువేల పరిహారం గూడా ఇయ్యాలని రైతులు డిమాండ్‌జేస్తా కలెక్టరయ్యకు అర్జీకాయితం గూడా టౌనుకు పోయి ఇచ్చొచ్చినారు. దాంట్లోనే కరెంటుకత గూడా రాసినారు. అధికారులు వచ్చి చూసిపోయినారు. ఏం జరిగింది? అన్నీ మామూలే. నష్టపరిహారం లేదు. కరెంటు రాలేదు. మొన్న బిగించిన ట్రాన్స్‌ఫార్మర్ రెండోరోజు వచ్చిన కరెంటుకే కాలింది. ఇంగదాన్ని ఎవరు పట్టించుకుంటా వుండారు? గాలీవాన ఎత్తుకొని కరెంటు స్తంభాలు పొలాల్లో కూలిపోతాండాయి. నీళ్ళు పారపెట్టేకి పోయిన రైతుల కాళ్ళకు తీగలు చుట్టుకొని ప్రాణాలు తీస్తా వుండాయి. నిలదీసి అడిగేటోడు లేడు. జవాబిచ్చేటోడు లేడు. కాలం దొర్లిపోతాంది.

'న్నా... ఈ కరెంటు గురించి ఏం చెప్పాలా? వచ్చిందంటే హై ఓల్టేజి వచ్చి ట్రాన్స్‌ఫార్మర్లు ఎగిరి పోతాండయి. మోటర్లు కాలిపోతాండయి. పోయిందంటే వారాలు వారాలు రాదు. వానొచ్చిందంటే తీగలు తెగి ఎవర్నో ఒకర్ని చంపకుండా వదిలిపెట్టవు. యింగదీనికత ఏం చెప్పాలో పో...' అని రచ్చబండ కాడ కూకొని రామచంద్ర శాపనార్థాలు పెడ్తాండు. యేర్లు ఎండినాయి. బావులు ఇంకిపోయినాయి. యింగ పంటలు పండే మార్గం ఏముండాది?

కరెంటు వచ్చిందంటే మోటార్లన్ని ఒకేసారి ఆడుతుండాయి. విద్యుత్ వినియోగం పెరిగి పోతావచ్చింది. ట్రాన్స్‌ఫార్మర్లకు మోయలేని భారమై కాలిపోతా వచ్చినాయి. కరెంటోళ్ళు పట్టించుకునే రకంకాదు. ట్రాన్స్‌ఫార్మర్ కాలిపోయిందని వారం దినాలు సబ్‌స్టేషన్ దగ్గర పడిగాపులు కాసి మొరపెట్టుకుంటే గానీ దీని దిక్కు కూడా చూడ్డం లేదు. పల్లెలో అధికారికంగా వుండే కనెక్షన్ల కంటే అక్రమంగా వైర్లు వేసుకొని లాక్కునే కరెంటు ఎక్కువ.

ట్రాన్స్‌ఫార్మర్ కాలినప్పుడల్లా రైతులకు మూడువేల రూపాయల ఖర్చు వస్తాంది. దీన్లను రిపేరు చేయించి యిచ్చేకి కరెంటోళ్ళకు ఖర్చుతోపాటి వారాలకు వారాలు గడువు అవసరం అయితాంది. పంటలకు నీటితడి లేకుండా ఎండిపోయినాయి. పైరు వాడుముఖం పట్టింది. మోటార్లుండే రైతులు రాని కరెంటు కోసం పొలాల దగ్గరే పొంచుకొని ఎదురు చూస్తా కూలబడివుండారు. కరెంటు మట్టసనంగా కనీసం ఐదు గంటలైనా ఇయ్యమని రైతులు పల్లె సర్పంచును పిల్సుకొని ఎమ్మెల్యేతో గూడా ఏఈకి ఒకసారి ఫోన్ కూడా కొట్టిచ్చినారు.

ఎగువ పల్లెలో రెండు, దిగువ పల్లెలో మూడు వారం కిందటే ట్రాన్స్‌ఫార్మర్లు కాలినాయి. రైతులు అల్లాడిపోతాండరు. మొన్న రేత్రి వచ్చిన గాలివానకు కట్టదా వెంబడి ఎగువ పొలాల్లోకి వుండే కరెంటు స్తంభాలు నాలుగు కూలినాయి. ఆపని చేసిన కాంట్రాక్టర్లు గుంతలు లోపలికి తీయకుండా పైపైనే తీసి స్తంభాలు నాటి సొమ్ము చేసుకున్యారు. గుంతతీసిన తరువాత సిమెంటు, కంకర వేయాల్సి వుంటే వీళ్ళు ఎర్రమట్టి, బండరాళ్ళు పోసి గుంతలు కప్పెట్టి స్తంభాలు నిలబెట్టినారు.

గంగమ్మ దేవళం దగ్గర కూలిపోయిన కరెంటు స్తంభం కింద వెంకట్రాముడి ఎనుము చావు అరుపు అరిసి నీలక్కపోయి ప్రాణాలిడ్సింది.

చినుకుల వానకే గుంతల్లోకి నీళ్ళు దిగి ఎర్రమట్టి కరిగిపోయి స్తంభాలు వంగిపోయినాయి.

కరెంటు వైర్లు తెగి పడినాయి.

లైన్‌మెన్‌కు ఎన్నిసార్లు చెప్పినా వాడు పట్టించుకున్య పాపాన పోలేదు. పల్లెలకు సప్లై చేసిన కరెంటు స్తంభాలు గూడా నాణ్యమైనవి కావు.

బుగ్గలేటి పల్లె కాడ పొలాల్లోకి కరెంటు స్తంభం విరిగి వాన నీళ్ళలో పడి, ఇంటికొస్తాండే ఇంగో రెండు ఎనుములు షాక్ తగిలి కడుపుబ్బి చచ్చినాయి. ఇట్టాటి కరెంటు కతలు అనుకుంటే భయమైతాంది.

ఏమని జెప్పాలి? కరెంటు వస్తాదో, రాదో తెలీదు.

వచ్చినా ఎంతసేపు వుంటాదో తెలీదు. పగలొస్తాదో, రేత్రి వస్తాదో తెలీదు.

పొలం కాడ్నే కరెంటు కోసరం రైతులు ఎగమల్లుకొని చూపెట్టుకొని వుండారు. 'దీనెమ్మ... ఇంత అధ్వాన్నంగా కరెంటోళ్ళను నమ్ముకొని పంటలు పెట్టుకోవాలంటే ఏ రైతుల చేత అయితాది... ఎట్లన్నా సావని... పోనీ...' అని మూడెకరాల ఎండిన శెనక్కాయ పొలాన్ని వదిలేసి తిట్టుకుంటా ఇంటిదారి పట్టినాడు రైతు నల్లప్పమామ.

కరెంటు రాక, నీళ్ళు లేక ఎండిన పంటను జూస్తే రైతు గుండె మండి పోతాంది. ఇదొక గుండెకోత!

సబ్‌స్టేషన్ కాడ రైతులు ధర్నా చేస్తాంటే పోలీసులు లాఠీచార్జి చేసినారు.

రైతు చుట్టూ కరెంటు తీగల కంచె బిగించినట్లుగానే వుండాది.

రైతును ఎవరొచ్చి రక్షిస్తారు?

***25 ఆగస్టు 2009***

# మునగ బెండ్లు

ఒంటిపూట బడి యిడ్సినారు.

ఎండలు మండిపోతా వుండాయి. మధ్యాహ్నం పన్నెండున్నర కంతా బడిలో భోజనం పెట్టి పిల్లోళ్ళను వదిలేస్తాండరు.

వాళ్ళు పుస్తకాల సంచి నెత్తికి తగిలిచ్చుకొని, ఇనుప పంజరాల్లోంచి బైట పడినట్లు బడి బువ్వ తింటానే, పల్లెదావ దిక్కు ఉరుకులు పెడ్తా వుండారు. ఒంటిపూట బడి గంట కొట్టించి ఆటో లెక్క టౌనుకు టీచర్లు దిన్నం మాదిరే బిరబిరా పోతావుండారు.

మూడురోజుల కిందట ఇట్నే బడి వదిలేసినాంక టీచర్లు అయితే టౌన్లోని ఇండ్లకు చేరుకున్యారు. బడి పిల్లోళ్ళు పల్లెదిక్కు కదిలినారుగాని ఇండ్లకు చేరుకోలేదు. య్యాటికి పోయింటారు? అదే దిక్కు తెలీక ఆరవ తరగతి చదివే కేశవుల తల్లి వెతికివెతికి పెట్టింది. తీరా జూస్తే సాయంత్రానికిగానీ వాడి సంగతి బయటపడలేదు. వాడు కుంటుకుంటా ఇంటికి చేరుకున్యాడు ఏడ్సుకుంటా. కేవుల నాయన పుల్లయ్య కొడుకును జూసి ఎగిరిపడినాడు ఏమైందో తెల్సుకోవాలని. వాడేమని చెప్తాడు?

కూకో బెడితే కూకోల్యాకున్యాడు. నిలబడితే నిలబడ ల్యాకున్యాడు. భుజానికెత్తుకొని ఆటో ఎక్కించుకొని టౌనుకు తీసకపోయినాడు పుల్లయ్య. కాలు ఎట్లా విరిగిందో అప్పటికిగానీ తెల్సిరాలేదు. బడిలో బువ్వపెట్టి విడ్సిపెడ్తానే కేశవులు గాడు తన తరగతి సావాసగాళ్ళతో కలిసి ఈ పల్లెదావలో వస్తాండేటప్పుడు సన్యాసి సత్రం అవతల 'రెడ్డోరిబావి'లో ఈతకు పోయినాడు. ఈతొచ్చే పెద్ద

పిల్లోళ్ళు వీనికి ఈత నేర్పిస్తామని జెప్పిరాతి బావి మెట్ల మీద కూకోబెట్టుకొని రొంతసేపు నీళ్ళలో తిప్పినారు. వాడు భయపడినాడు. వదిలేస్తే ఇంటికి పోతానని ఏడ్చినాడు. వాళ్లకు సంబరంగా వుండాది వాడి సంకటం. నవ్వుకుంటా నీళ్ళు ఎగజల్లుకొంటా ఆడుకొంటా ఒకర్ని ఒకర్ను తోసుకున్యారు. అప్పుడే మెట్లమీద కూకొని వుండే కేశవులుగాడి కాలు నీళ్ళలోకి జారింది. ఎగిరి నీళ్ళలో పడినాడు. చూస్తానే కొందరు పెద్ద పిల్లోళ్ళు నీళ్ళలోకి దిగి బయటికి మలతాడు పట్టుకొని లాకొచ్చినారు. తాగిన నీళ్ళు కడుపు నొక్కి కక్కించినారు. పాచిమెట్లు మీద నుంచి జారడంతో దడి తగిలి కాలు విరిగింది. అన్నుంచి చిన్నంగా సైకిల్‌మీద కూకోబెట్టుకొని పల్లెలోని వాడి ఇంటి మోట్లో విడ్చి తమ పేర్లు చెప్పాకుమని వేడుకొని ఉరికెత్తినారు.

వాడు ఏడ్చుకుంటా ఇంటికి పోవాల్సి వచ్చింది. పుత్తూరు కట్టు కట్టించుకొని టౌన్నుంచి పుల్లయ్య ఇంటికెత్తుకొచ్చినాడు. కాలు బాగయ్యేవరకు వాడ్ని బడికి పంపాకుమని, బయట తిరగ నియ్యాకుమని డాక్టర్లు చెప్పినారంట. తన కొడుకును ఈత రాకపోయినా రెడ్డోరిబావికి ఈతకు పిల్సకపోయిన పిల్లోళ్ళ పేర్లు కనుక్కొని వాళ్ళ ఇండ్ల కాడికిపోయి కొట్లాడాలని మండిపడ్తా వుండాడు పుల్లయ్య. భార్య, 'వున్నిలేసామీ... ఏందో పిల్లోళ్ళు బడి యిడ్సినాంక నీళ్ళలో ఈత ఆడనుపోయింటారు. ఇంత దానికి కొట్లాటలకు పోయేది ఏంటికి గానీ. కట్టు కుదురుకొని, వారానకంతా బిడ్డ మళ్ళా తిరుగుతాడు' అని మొగుడ్ని సముదాయిస్తావుంది. పుల్లయ్య శాంతించినాక ఆయమ్మ మెల్లింగ అన్నుంచి కదిలి పల్లె దిక్కుపోయింది.

ఎవరెవరు రెడ్డోరిబావి కాడికి బడి యిడ్యుస్తానే ఈదులాటకుపోయింది కనుక్కొని ఒక్కొక్క పిల్లోడిని పట్టుకొని చింతబర్రతో నాలుగు పెరికింది. అందరిండ్లకాడికి కోక బోడ్డుకాడికి ఎగదోసుకొని, పైట నడుంకు చుట్టకొని పోయి కొట్లాట పెట్టుకొనింది. ఆడోళ్ళు జుట్లు పట్టుకొని తన్నుకున్యారు. యింగ అదే కత మొగోళ్ళకు చుట్టుకునింది. వాళ్ళా గోసెలు ఎగ్గట్టుకొని కలబడినారు. ఇదంతా నడిరేత్రికి రచ్చబండకాడ పంచాయితీ కాడికిపోయింది.

సర్పంచు అందర్ని చుట్టూరా కూకోబెట్టుకొని నాల్గుమంచిమాటలు చెప్పినాడు. 'వస్తాండేది ఓట్లకాలం. పల్లెలో ఇట్లా మనం మనమే కలబడి కొట్టాడుకుంటే విలువేముండాది? దీనికంతటికి కారణం సన్యాసిసత్రం అవతల వుండే, 'రెడ్డోరిబావి' గాబట్టి దాని చుట్టికారం ఇంగెవ్వరూ ఈదులాటకు పోకుండా రేగికంప పెట్టాలని తీర్మానం చేసినాడు.'

అందరూ తలాడిస్తా పంచాయితీ కాన్నుంచి లేచి ఇండ్లకు కదిల్నారు. ఇదంతా జరిగిన ఇంగో రెండ్రోజులకు దిగువపల్లె హైస్కూలు పిల్లోళ్ళు మధ్యాహ్నం బడి యిడుస్తానే రాగిమానువంక దిక్కువుండే ఆకుతోటల దిక్కుపోయినారు. పాత గంగమ్మగుడికి ఆనుకొని వుండే పాతకాలం 'రాయలబావి'ని వాసన పట్టినారు. పలుగు, పార తీసకపోయి బావి చుట్టికారం వుండే చీకిచెట్లు, గడ్డి చెక్కిపారేసినారు. బావి మధ్యలో తెల్లటి తామరపూలు చిక్కంగ నవ్వుతా పలకరించాయి. పాచి పట్టిన మెట్ల మీద గుండ్రాయంత తాబేలు తలబయటికి పెట్టి కవ్వించింది. బావి దడికి రాళ్ళమధ్య గువ్వల గూళ్ళు గాలికి ఊగుతాండయి. ఆడ అంతలోతు బావి వుండాదనే సంగతి ఎవరికీ తెల్సిందికాదు.

బడి పిల్లోళ్ళు ఈదులాట కోసం దాన్ని కనుక్కొని రోంత బాగు చేసుకున్యారే గానీ దాంట్లోకి దూకడానికి ఎవరికీ ధైర్యం లేదు. ముందు ఎవరు దూకాలని చీటీలో పేర్లు రాసుకొని ఎత్తుకున్యారు. తిరుమలయ్యగాడి పేరొచ్చింది. వానికి ఈతరాదు. ఏంజేస్తాడు? పేరొచ్చింది కాబట్టి ముందు నువ్వే నీళ్ళలోకి దూకాలని మిగతా పిల్లోళ్ళు పట్టుపట్టినారు. సరే దీనికి పరిష్కారం వుండాదని జెప్పి పదవ తరగతి చదివే సామేలుగాడు ఆకుతోటల్లో కొట్టి పడేసిన మునగబెండ్లు ఎత్తకచ్చినాడు. మచ్చుకత్తితో మూలలు నునుపు చేసి తాడుతో దాన్లను తిరుమలయ్యగాడి నడుముకు కట్టినాడు.

వాడు భయపడ్తానే మునగబెడ్లు కట్టుకొని బావి మెట్లు దిగినాడు. నీళ్ళు చల్లంగ తగిలినాయి. రోంతసేపు ఆడ్నే కాళ్ళు ఆడించుకుంటా వున్యాడు. ఇంతలో పైనుంచి మస్తానుగాడు పల్టీ కొడ్తానీళ్ళలోకి దూకినాడు. వాడ్ని చూసి ఒక్కొక్కరు నీళ్ళలోకి దూకినారు. తిరుమలయ్యకు కూడా వాళ్ళ తిన్న పైనుంచి

కబ్డూర్‌పల్టీ కొట్టాలని వుండాది. కానీ భయం. అట్నే మోట్లోనే దడిని పట్టుకొని ఈతాడినాడు. వాళ్ళు కాళ్ళు పట్టుకొని నడిబావిలోకి లాక్కపోయినారు. ఎంత లోతుకుపోయిన మునగబెండ్లు పైకి లేస్తాండయి. తిరుమలయ్యకు సంబరంగా వుండాది. తెల్లటి తామరపువ్వుల్ని పెరికిచ్చినారు. సావాసగాళ్ళు పైనుంచి పల్టీలు కొడ్తాంటే ఎట్లైయినాగానీ నేను గూడ బాగా ఈత నేర్చుకోవాలని మనసులోనే అనుకున్యాడు.

సాయంత్రం ఇంటికి పోయినాడేగానీ నిద్రపట్టలేదు. తెల్లారినాంక పొద్దున్నే బడికి అందరితోపాటే బయల్దేరినాడు.

సగం దావలోకి వస్తానే ఇంటికాడ పనుందని జెప్పి వెనక్కి మళ్ళినాడు. రోంత సేపు కంప చెట్లకాడ ముడుక్కొని బడిపిల్లోళ్ళు యలబారి పోతానే 'రాయలబావి' దిక్కుపోయినాడు.

మునగబెండ్లు నడుముకు కట్టుకొని ఈత ఎట్లైయినా నేర్చుకోవాలనే తెగింపుతో పైనుంచి బావిలోకి దూకినాడు తిరుమలయ్య.

అంతెత్తున్నుంచి కిందకి దూకుతానే తాడు తెగింది.

బెండ్లు ఊడిపోయినాయి.

మునుగుతా తెల్లానీళ్ళుతాగి బావిలోనే ప్రాణాలిడ్సినాడు. మధ్యాహ్నం బడి యిడ్సినాంక వచ్చి చూస్తే ఆ పక్క మునగబెండ్లతో పాటు ఈ పక్క తిరుమలయ్య శవం తేల్తావుండాది. చూసిన పిల్లోళ్ళు చూసినట్లు పల్లెదిక్కు భయంతో ఉరికెత్తినారు. అర్సుకుంటా...

ఈ రోజు రేత్రి రచ్చబండకాడ దీని పంచాయితీ వుండాది. చూడాల...

***24 మార్చి 2009***

# 'మట్కా' నెంబరు

పల్లెలో కాలవగట్టుకు అవతల గంగమ్మ గుడికి రోంత దూరంలో రేగిసెట్టుకు అనుకొని వుండే గుడిసెలో వుండేటి పెద్దన్నగాడు కనపడక రెండ్రోజులైతాంది.

వాడి భార్యాపిల్లోళ్ళు దిగులు జేస్తాండరు. తెల్సినోళ్ళందర్ని అడుగుతానే వుండారు. ఎవరికి తెలుస్తాంది? ఎవరు చెప్తారు? కొత్తిండ్లకాడ పెయింటర్ పని చేసుకుంటా వున్నాడు.

రోంత సినిమాల పిచ్చి గూడా వుండాది. టౌన్లో రెండవ ఆట సినిమాలకు రేత్రిపూట ఒక్కడు సైకిలేసుకొని పోయి వస్తాండేటోడు.

అప్పుడప్పుడు వాడికాడ పనిచేసే అంజిగాడ్ని గూడా సినిమాలకు పిల్సకపోతాండేటోడు. ఇంటికాడ బువ్వ తినేది కూడా తక్కువే. మనిషి మంచోడు ఎవరి జోలికి పోయేరకంగాదు. తనపనేందో తాను చేసుకుంటా వుండేటోడు. దావలో సిమెంటు ఫ్యాక్టరీకి అనుకొని వుండే రత్నమ్మ హోటల్లో బీడీలు, అగ్గిపెట్టె గూడా కొనుక్కొని అట్నే టౌనుకు యల్లబారిపోయేటోడు. వారానికొకసారి ఇంటికి పోతాండె. ఇద్దరి కూతుళ్ళను పెండ్లాన్ని చూసుకొని పనుల దుడ్లు వాళ్ళకిచ్చి వస్తాండె. ఆర్నెళ్ళ కాన్నుంచి టౌన్లో ఎవరో వానికి మట్కా ఆట అలవాటు చేసినారు. అప్పటి నుంచి వాడి కతే మారిపోయింది.

సాయంత్రమైతానే సైకిలెక్కి టౌనుకు కదిలేటోడు. నెంబర్లాటకు దిగేటోడు. తనకు నచ్చిన, ఎవరో ఒకరు కట్టిన నంబర్లు కనుక్కొని ఆ నెంబర్లకు డబ్బు కట్టి రాయిచ్చుకున్న కాయితాన్ని జేబులో పెట్టుకొని హుషారుగా సెకండ్‌షో

సినిమాకు పోయేటోడు. ఎంత రాస్తాండెనో ఎంత తగులుకుంటా వున్నిందో ఆ పరమాత్మకే తెలియాల. దిన్నం నాటు సారాయి తాగేదానికి గూడా దుడ్లు మట్కా ఆటలోనే సంపాదించుకుంటా వున్నాడు. నెలకిందటే చేతికి రెండుంగరాలు గూడా బంగారియి చేయిచ్చు కున్నాడు. నాల్గు జతలు ఖద్దరు తెల్లచొక్కాలతో మల్లెపువ్వుతిన్నా తెల్లంగ మెర్సిపోతా వున్నాడు. అందరికండ్లు పెద్దన్నగాడి మీదే పడినాయి.

ఏం జరిగిందో ఏమో తెలీదు. మొన్నరేత్రి ఎప్పటి మాదిరే టౌనుకు మట్కా ఆడేదానికి పోయినాడే గానీ మనిషి తిరిగి రాలేదు.

పెద్దన్నగాడు వేసిన నెంబరుకు లక్షరూపాయలు తగిలిందని అందుకే వాన్ని టౌన్లో లేపేసినారని చెప్పుకుంటాండరు.

రెండవ ఆట రేత్రి వదిలేసినాంక ఎవరో కొంతమంది వాన్ని సినిమాహాలు వెనక్కి పిల్సకపోయి మట్కా నెంబరు కాయితం గుంజుకొని కత్తులతో పొడ్సి ఆపక్కనే సమాధుల్లో బూడ్సిపెట్టినారని గూడా చెప్పుకుంటా వుండారు.

వాని పేరు ఎత్తితే చాలు టౌన్లో వానితో పాటూ మట్కా ఆడేటోళ్ళు తలలు వంచుకొని జారుకుంటూ వుండారు. పెద్దన్నగాడు ఏమైంది తెలీకుండా వుండాది.

వాడొక్కడేగాదు పల్లెల్లోంచి ఇట్నే ఓబయ్య, అంకయ్య, చంద్ర, నారాయణప్ప య్యాడికి పోయినారో, ఏమైపోయినారో ఇప్పటికీ తెలియకుండానే వుండాది.

పక్కీరు పల్లెకు చెందిన నారాయణప్ప కత గూడా ఇప్పటికీ అర్థం కాకుండానే వుండాది. పల్లెలో బొంకులో కూకొని చార్టు పరుచుకొని ఎప్పుడూ ఏవేవో నెంబర్లు వెనక్కి, ముందుకు కూడుకుంటా వున్నాడు.

అప్పుడప్పుడు నవ్వుతా 'నిన్న రేత్రి నా నంబరే తగిలింది. రెండువేలు లెక్క వచ్చిందని' కుశాలుగా చెప్తాండె.

మట్కా ఆడేటోళ్ళు ఎవరనా కనపడితే ముఖంలో సంకురాత్రి పండగొచ్చి వాల్తాండేది. ఎంతగానో సంబరపడేటోడు. టీనీళ్ళు గూడా తెచ్చిచ్చి నిన్న, మొన్న వచ్చిన నెంబర్లు చెప్పి చార్టు పరిచేటోడు. ఒక పట్టాన వాళ్ళని వదిలేటోడు కాదు. య్యాదో ఒక నెంబరు వాళ్ళతో చెప్పించుకోంది యిడ్సిపెట్టడు. సాయంత్రమైతే టౌనుకు యలబారిపోతాండె. అర్ధరాత్రి ఓపెన్ నెంబరు తెలుసుకొని ఆఖరి బస్సుకు ఇంటికొస్తా వున్యాడు.

నారాయణప్పకు పల్లెలో ఆట ఆడేటోళ్ళు తోడైనారు. వేలలెక్క చేతులు మార్తాండేది. పోయిన నెల ఆఖర్లో మట్కా నెంబరు రాసేదానికి టౌనుకు పోయిన నారాయణప్ప ఈ రోజుకి వెనక్కి రాలేదు. ఏం జెప్పమంటారు? నారాయణప్ప కనపడ్డం లేదని పోలీస్ స్టేషన్లో కేసుగూడా పెట్టివచ్చినారు.

య్యాడ కనబడినాడు? రోజులు గడ్సిపోతానే వుండాయి. పల్లెలో నెంబర్లాట ఆడేటోళ్ళు ఆడ్తానే వుండారు. ఆఖరి బస్సుకు రేత్రి ఓపెన్ నెంబరు తెల్సుకొని వస్తానే వుండారు. ఆడోళ్ళకు ఇండ్లకాడ గుండెలోగుండె వుండడం లేదు. పిల్లోళ్ళను పండేసుకొని మొగుడు ఇంటికొచ్చేదాక దిన్నం జాగారం చేస్తానే వుండారు. నరకయాతన. మొగుడు వస్తాడో... రాడో!

మనకు నచ్చిన నెంబరుకు రూపాయికడితే తగిలితే రూపాయికి డెబ్బై రూపాయలిస్తారు. ఇదే మట్కా ఆటలోని అసలు రహస్యం.

ఇంగే ముండాది? టౌన్లో పల్లెల్నొంచి చదువుకునే దానికి కాలేజీలకు పోయేపిల్లోళ్ళు గూడా కాలేజీ అయిపోతానే ఇండ్లకాడ ఇప్పించుకొని పోయిన చిల్లర డబ్బు ఆ నెంబర్లాటకు కడ్తా వుండారు.

ఫీజులు డబ్బు గూడా ఇట్నే కొండయ్య కొడుకు రాయుడు ముండ మోయిచ్చినాడు. అయిపోకొట్టినాడు.

టర్మ్ ఫీజు కట్టలేదని రాయుడు పేరు కాలేజోళ్లు తీసేస్తే మళ్ళా అప్పుజేసి కొండయ్యనే పోయి కట్టివచ్చినాడు.

చదువుకునే పిల్లోడికి ఇదేం పోయేబుద్ధి అని అందరూ తిట్టిపోసిరి. తిరుపాలయ్య కొడుకు కుమార్‌గాడు వాడికొచ్చిన స్కాలర్‌షిప్ గూడా ఇట్నే మట్కా నెంబర్లాట ఆడే పోగొట్టినాడు. వాళ్ళమ్మ రెడ్డోరి ఇంట్లో పనిమనిషిగా చేస్తా వాన్ని చదివిస్తా వుండాది. 'నీకు రోంతన్న జ్ఞానముండాదా?' అని వాళ్ళమ్మ కన్నీళ్ళు పెట్టుకొని దుఖ్ఖపడింది.

'అనుకుంటే య్యాడలేని బాధ అయితాది. థూ... ఈ నెంబర్లాట ఏందో పల్లెల్లో ఎవర్ని బతకనీకుండా వుండాది. ఎవర్ని బాగుపడ నీకుండాది. కష్టపడి దినమంతా కూలి చేసుకొని సంపాదించుకునే దుడ్లు అన్నీ పొగొడ్తాండరు.

టౌన్లో అంతంత మంది పోలీసోళ్ళు, ఆఫీసర్లుండారు. ఈ నెంబర్లాట రాసే బీటర్లను నాల్గుతన్ని లోపలేయకుండనే వుండారు.

ఈ ఆట ఎప్పుడు పోతాది?

మా బతుకులు ఎప్పుడు బాగుపడ్తాయని' నెంబర్లాట ఆడను టౌనుకు పోయిన వెంకటేశును తిడ్తా వాని పెండ్లాం రేత్రి బయట కూకొని ఏడ్సుకుంటా వుండాది.

కంపచెట్లలో జీరంగలు మొత్తుకుంటాండయి.

***16 జూన్ 2009***

# నెమలి కన్నీరు

పగిలిన అద్దంలో ముఖం చూస్కొని నుదుటికి కుంకుమబొట్టు పెట్టుకుంది సుశీల.

చిన్న తమ్ముడు మట్టిలో ప్లాస్టిక్ కారుబొమ్మ దొర్లించుకుంటా ఆడుకుంటావుండాడు బయట చెట్టుకింద. సుశీల నిన్ననే పూణే కాన్నుంచి వచ్చింది.

నాగరపమ్మ జాతర కోసం కొలిమి మిట్ట బిడికి తండా వాళ్ళు వూరి కొస్తాంటే వాళ్ళ వెనకే ప్రయాణమై వచ్చింది. జాతరై పోయినాంక ఇంట్లో వాళ్ళు మళ్ళీ పూణేకి పొమ్మని గొడవ చేస్తారని సుశీలకు భయం భయంగానే వుండాది.

'జాతరకు పోతానని' పూణేలోని చాందిని బిల్డింగ్‌లో వుండే ఘర్‌వాలీ శాంతాబాయిని అడిగినప్పుడు ఆమె పంపడానికి ససేమిరా ఒప్పుకోలేదు. 'నువ్వు యిక్కడికి వచ్చి సంవత్సరమన్నా కాలేదు. అప్పుడే వూరికి అంటే నా బిజినెస్‌కు నష్టమొస్తాదని' శాంతాబాయి అంగీకరించలేదు.

దీనికి తోడు నాలుగు నెలల క్రితమే ఆంధ్ర నుంచి పూణేకి పోలీసోళ్ళు వచ్చినారు. వాళ్ళ కళ్ళల్లో పడకుండా వుండడానికి సుశీలను ఎక్కడెక్కడో దాచాల్సి వచ్చింది శాంతాబాయికి.

మన తెలుగు అమ్మాయిలు ఎక్కడ కనపడినా అరెస్ట్ చేసినారు. కేసులు కట్టినారు. కోర్టుల కెక్కించినారు. సుశీల వాళ్ళ కళ్ళలో పడివుంటే కత మరోలా వుండేది. అయినా శాంతాబాయి లాంటి ఘర్‌వాలీ ఉక్కు పంజరం లోంచి తప్పించుకోవడం అంటే మాటలు కాదు.

శాంతాబాయి కత కూడా ఇట్టాటిదే. సుండుపల్లి దగ్గరి ఎగువ బిడికి తండా నుంచి ఎప్పుడో ముప్పై సంవత్సరాల క్రితం పూణేకి పోయింది. లేత ప్రాయాన్ని కాళ రాత్రులకు పరచి కరెన్సీ కాగితాల సంపాదనకు పూనుకుంది.

తన ప్రాయం కాలంతో పాటు కరిగిపోయిన తర్వాత కన్నెపిల్లల వేటలో పడింది. సంవత్సరానికొకసారి 'సీమ' కొస్తుంది. తండాలు తిరుగుతుంది. తళుకు బెళుకులు మెరిపిస్తుంది. బంగారు కలలు చూపిస్తుంది. మాటలతో మాయావలలు వేస్తుంది. తినడానికి తిండిలేక, కష్ట నష్టాలతో జీవిత బండిని ఈడ్చే కుటుంబాలకు 'నేనున్నానే' భరోసా యిస్తుంది. 'మీ అమ్మాయిని నాతో పంపండి... చాలు! పూణేలో మంచి ఉద్యోగం. ఖరీదైన జీవితం. వేల వేల జీతాలు. మీ జీవితాన్ని మార్చేస్తాయి. మీ బతుకులకు యిక నుండి పేదరికం వుండదు. నాలా బంగారు నగలు... కొత్త బట్టలు... విలాసవంతమైన సామాన్లు... అన్నీ మీ అమ్మాయి కూడా తెస్తుంది' అని నమ్మిస్తుంది.

అందరిలాగే సుశీల కూడా ఎంతో నమ్మకంగా శాంతాబాయి మాటల్ని నమ్మింది. ఎన్నో కలలు కంది. ఓ రోజు దాదర్ ఎక్స్‌ప్రెస్ ఎక్కింది ఆమెతో పాటూ. రైలెక్కేటప్పుడు సుశీల అమ్మానాయనలను దూరంగా పిల్సకపోయి ఏదో చెప్పింది శాంతాబాయి. తర్వాత డబ్బు తీసి వాళ్ళ చేతిలో పెట్టిన దృశ్యం సుశీలకు యిప్పటికీ గుర్తుకొస్తానే వుండాది. చేతిలో డబ్బు కాగితాలు పట్టుకొని తనకు వీడ్కోలు చెప్తున్న వాళ్ళను చూస్తే 'అమ్మకమై పోయిన వస్తువు'లా తను కనిపించింది.

పూణేలో పని అని చెప్పిందే గానీ ఏ పనో సుశీల అడగలేదు. శాంతాబాయి చెప్పలేదు. తీరా వెళ్ళిన తర్వాత తెల్సింది. చేయకూడని పని తాను చేయాల్సి వస్తోందని. మొదట్లో తను చేయనని మొండికేసింది. చిత్రహింసలు పెడ్తున్న శాంతాభాయికి ఎదురు చెప్పలేక లొంగిపోవాల్సి వచ్చింది. ఇరుకిరుకు గదుల్లో... రోగాల కంపుతో... ప్రతి రాత్రీ భరించలేనంత బాధను మోస్తూ... పడకల పరదాల మధ్య... ఘర్వాలీ ఇచ్చేటోకన్లు దాచుకుంటూ... ఒక సుశీల... పద్మ... కమల... ఇలా పూణే పడుపు వృత్తి వలయంలో వలలో చిక్కుకపోతూనే వున్నారు. విలవిల లాడ్తూనే వున్నారు.

గుఱ్రంకొండ న్నుంచి వచ్చిన పద్మ కత కూడా ఇలాంటిదే. తల్లికి అనారోగ్యమైతే బతికించుకోడానికి కువైట్ దేశానికి ప్రయాణమైంది. ఏజెంట్లను నమ్ముకుంది. వాళ్ళ పాస్‌పోర్ట్, వీసా, విమాన ఖర్చులు అని చెప్పి లెక్కంతా గుంజినారు. కనిపించినోల్లందరి దగ్గర అప్పులు జేసి తెచ్చి యిచ్చింది. ఆఖరికి పద్మ ప్రయాణం ముంబాయి కాడ ఆగింది. అక్కడి నుంచి రెక్కలు చాచి ఆకాశంలోకి ఎగరడానికి ప్రయత్నించింది. కానీ తర్వాత తెల్సింది ఏజెంటు మోసం చేశాడని. యింకేం చేస్తాది? అందని ఆకాశాన్ని తిట్టుకుంది.

ఆగిపోయిన జీవితాన్ని సాగిపోయేలా చేయడానికి రెడ్‌లైట్ ఏరియాలోకి అడుగు పెట్టాల్సి వచ్చింది. వూర్లో అందరికి తాను కువైట్ సేఠ్ ఇంట్లో పనిమనిషిగా వుండానని చెప్పుకుంటా నమ్మిస్తా వుండాది. తన జీవితాన్ని చూస్కొని కుమిలి కుమిలి ఏడుస్తా వుండాది. తల్లి ఆపరేషన్ కోసం కావల్సిన సొమ్మును ఆర్నెళ్ళకోసారి పంపిస్తాంది.

త్వరత్వరగా డబ్బు సంపాదించుకొని వూరికి పోయి అప్పులు తీర్చి 'కొత్త' జీవితాన్ని మొదలు పెట్టాలని తహతహలాడ్తా వుండాది ప్రాణం.

ఒక్కసారి ఈ ఊబిలో చిక్కుకున్యాక జీవితం ముగిసిపోవాల్సిందే కానీ బతకు బాగుపడేదేమీ వుండదని తర్వాత తెల్సివచ్చింది పద్మకు. రెండు సంవత్సరాలు చూస్తాండగానే గడ్సిపోయినాయి.

పోయిన కాలాన్ని వెనక్కి తిరిగి చూసుకోవాలంటే కూడా మనసొప్పని యాతన. రాత్రి బాగా దగ్గు వచ్చింది. తెల్లారిన తర్వాత జ్వరం. పట్టించుకోలేదు ఎప్పటిలాగానే. ఈసారి రాత్రి దగ్గుతో పాటు రక్తం కూడా పడింది. ఆసుపత్రికి పోయి చూపించుకుంది.

'హెచ్.ఐ.వి. పాజిటివ్' అని చెప్పినారు డాక్టర్లు.

'అంటే'... అంది.

'ఎయిడ్స్' చెప్పారు రిపోర్ట్సు చేతిలో పెడ్తూ.

యింకేం ప్రశ్నలు అడగలేదు.

యింకెవరికీ చెప్పలేదు. రాలిపోయే వేళల్లో వాడిపోతున్న జీవితాన్ని సాగిస్తూనే ఆ మధ్య వచ్చిన ఆంధ్రా పోలీసులకు చిక్కిపోయింది. తర్వాత ఏముంది?

కోర్టులో హాజరు పర్చినారు. పోలీసులు, స్వచ్ఛంద సంస్థలు వచ్చినారు. ధైర్యం చెప్పినారు. స్వయం ఉపాధి కల్పిస్తామని హామీ కూడా యిచ్చినారు. ఉచితవైద్యం చేస్తామన్నారు. గొర్రె, బర్రె, పశుక్రాంతి, ఇందిరమ్మ పథకం, చెప్పు నీకు ఏ సాయం కావాలో అని అన్నారు. తీసుకెళ్ళి తన వూరిలో విడిచి తల్లిదండ్రులకు, బంధువులకు అప్పగించారు. 'వార్నింగ్' కూడా ఇచ్చినారు.

'మళ్ళీ వస్తామని' చెప్పి పోయినారు.

వాళ్ళ కోసం పద్మ ఎంతగానో ఎదురుచూస్తూనే వుండాది.

రోజులు గడుస్తూనే వున్నాయి. ఇంతలో తండాలోకి రావాల్సిన వారు రానే వచ్చినారు.

వారు ఎవరో కారు...

పూణే బ్రోకర్స్. మళ్ళీ మళ్ళీ అవే మాటలు...

అవే కరెన్సీ కాగితాలు... అవే కలలు... ఆశలు...

మళ్ళీ అదే దిశగా ప్రయాణం...

ఒకరి తర్వాత ఒకరు... ఒక్కొక్కరు... ఒకరికి

మరొకరు... తండాలకు తండాలు... దేవుడా!

ఈ ప్రయాణాలు ఎవరూ ఆపలేరా? వీరిని ఎవరూ ఆదుకోలేరా?

నాగారపమ్మ జాతరకు ఎక్కడెక్కడి నుంచో జనం కదిలొచ్చినారు. చాందినీ బండ్లు, రికార్డింగ్ డ్యాన్సులు, కుంకుమబండ్లు... హోరెత్తి పోయింది. పూణే, ముంబాయి, ఢిల్లీ... అన్ని ప్రాంతాల వారు కలుసుకున్నారు. తనివితీరా మాట్లాడుకున్నారు. కష్టాలు చెప్పుకున్నారు. భూముల్లేవు. పంటల్లేవు. నీళ్ళ

లేవు. ఎవరి కాడా దమ్మిడి దుడ్లు లేవు. 'ఇదేం బతుకని' తిట్టుకున్నారు. అప్పులు జేసుకొని పండగ చేసుకోవాల్సి వచ్చినందుకు బాధపడినారు. పూజలు చేసుకొని, టెంకాయలు కొట్టుకొని మొక్కులు చెల్లించుకున్నారు.

పాత జ్ఞాపకాలు చెప్పుకొని మురిసిపోయినారు. ప్రేమలు కురిపించు కున్నారు. తెచ్చుకున్న డబ్బులు అయిపోజేసుకొని మళ్ళీ ఎవరి ప్రాంతాలకు వాళ్ళు ప్రయాణమైనారు.

నాగారపమ్మ జాతర ముగిసిన వారానికి కన్నీళ్ళతో తాండాలు విడిచి బయలుదేరినారు.

బాంబే దాదర్ ఎక్స్‌ప్రెస్ కదలడానికి సిద్ధంగా వుండాది.

ఏడ్చేవాళ్ళు ఏడుస్తానే వుండారు.

డబ్బులిచ్చి పిల్సకపోతాండే బ్రోకర్లు ముసిముసిగా నవ్వుకుంటా వుండారు.

వేటగాడికేం జాలి?

***24 జూన్ 2008***

న్యూఢిల్లీలోని రాష్ట్రపతి భవన్‌లో భారత రాష్ట్రపతి ప్రణబ్ ముఖర్జి గారికి
తన రచనలను అందజేస్తున్న డా॥ వేంపల్లి గంగాధర్.

*'In Residence Programme'* లో భాగంగా
2014 సెప్టెంబర్ 8వ తేది నుండి 26వ తేది వరకు గంగాధర్
రాష్ట్రపతి భవన్‌లో విశిష్ట అతిథిగా విడిదిచేశారు.